பண்பை வளர்க்கும்

மகாபாரதக் கதைகள்

திருமலை விசாகன்

சத்யா

Title
Panbai valarkum
Mahabharatha Kathaigal
Thirumalai visakan
ISBN : 978-93-6666-175-9

Title Code : Sathyaa - 157

நூல் தலைப்பு
**பண்பை வளர்க்கும்
மகாபாரதக் கதைகள்**

நூல் ஆசிரியர்
திருமலை விசாகன்

முதற்பதிப்பு
ஜூன் 2025

விலை : ₹ 60

பக்கம் : 54

Printed in India

Published by

Sathyaa Enterprises
No.134, First Floor,
Choolaimedu high road, Choolaimedu,
Chennai - 600 094.
044 - 4507 4203, +91 9080529054

Email
sathyaabooks@gmail.com

உள்ளே...

1. எய்த அம்பு நிற்காது — 4
2. அவசரம் அழிவு தரும் — 8
3. குற்றத்திற்கேற்ப தண்டிப்பதே நல்ல தீர்ப்பு — 11
4. ஆசை ஒரு நாளும் அணையாது — 15
5. விளையாட்டு விபரீதம் ஆகும் — 20
6. ராஜ்ஜியம் இல்லாதவன் ராஜாவுக்கு நண்பன் இல்லை — 24
7. எலியைத் தீண்டாது நெருப்பு — 28
8. செஞ்சோற்றுக்கடன் — 32
9. அம்பைக்கு நேர்ந்த அவமானம் — 36
10. அமிர்தத்தை இழந்த அகங்கார உதங்கர் — 43
11. ஜராசந்தன் வதம் — 50

1. எய்த அம்பு நிற்காது

ஆமரியுடல் தரித்துப் பூவுலகத்தில் வந்து நின்ற கங்கை தேவியைப் பார்த்து சந்தனு மகாராஜன் மிகவும் மோகம் கொண்டு நின்றான். சந்தனு மகாராஜனுக்கு வந்திருப்பவள் யாரென்று தெரிய வில்லை. அவன் கங்கை தேவியிடம் தன்னுடைய காதலை ஏற்கும் படி கெஞ்சினான்.

அதற்குக் கங்காதேவி மன்னனைப் பார்த்துச் சொன்னாள், "மன்னவனே உன் காதலை நான் ஏற்றுக் கொள்கிறேன். ஆனால் ஒரு நிபந்தனை. நான் யாரென்று நீ எப்பொழுதும் கேட்கவே கூடாது. நான் எது செய்தாலும் ஏன் செய்தாய் என்று கேட்கவே கூடாது.

எந்தக் காரணத்தைக் கொண்டும் கோபிக்கவே கூடாது. நீ அப்படிச் செய்தால் அடுத்த கணமே உன்னை விட்டுப் போய் விடுவேன். அதற்குச் சம்மதம் என்றால் நான் உனக்கு மனைவியாவேன்'' என்றாள்.

சந்தனு மகாராஜன், அவள் மீது கொண்டிருந்த அளவில்லாக் காதலினால் அவள் சொன்ன அத்தனை நிபந்தனைகளையும் மறுக்காமல் ஏற்றுக் கொண்டான்.

சந்தனு மகாராஜனும், கங்காதேவியும் கணவனும் மனைவியு மாய் மகிழ்ச்சிக் கடலில் திளைத்தனர்.

சூரிய ஒளியை மிஞ்சும் அழகிய பல குழந்தைகளைக் கங்காதேவி பெற்றாள். ஆனால் ஒவ்வொரு குழந்தையையும் பிறந்தவுடன் கொண்டு போய்க் கங்கையாற்றில் வீசியெறிந்து விட்டு அவள் சிரித்தபடியே வருவது கண்டு சந்தனு மகாராஜன் அதிர்ச்சியுற்றான்.

மன்னனுக்கு அவளது செய்கை வியப்பாகவும் வருத்தமாகவும் இருந்தது. ஆனாலும் அவள் எது செய்தாலும் காரணம் கேட்ப தில்லை என்று சத்தியம் செய்து விட்டிருந்த காரணத்தினால் செய்வதறியாது திகைத்துப் போய் நின்றிருந்தான் சந்தனு மகாராஜன்.

பேய் பிசாசுகள் செய்யக் கூடியதான இத்தகைய கொலை பாதகச் செயலைச் செய்யும் இவள் யார் என்ற கேள்வி சந்தனு மகா ராஜனைப் புழுப் போலக் குடைந்தது.

இதுவரை தனக்குப் பிறந்த ஏழு அழகான குழந்தைகளையும் அவள் இவ்வாறு ஆற்றில் வீசிக் கொன்று விட்டாளே! தனக்குப் புத்திரப் பாக்கியம் இல்லாது போய் விடுமோ என்ற துக்கத்தில் இருந்தபோது தனக்குப் பிறந்த எட்டாவது குழந்தையை எடுத்துக் கொண்டு கங்கையில் போடுவதற்கு அவள் சென்றபோது சந்தனு மகாராஜா வால் தாங்க முடியவில்லை.

"ஏ பெண்ணே! நில்! தான் பெற்றெடுத்த பிள்ளைகளை எந்தத் தாயாவது அடுத்தடுத்து இப்படி ஆற்றில் விட்டெறிவாளா? அடுக்கடுக்காக ஏன் இந்தப் பாவ காரியங்களைச் செய்து வருகிறாய்? நீ யார்? இதற்கு மேலும் எந்த மானுடனாலும் உனது இந்த இழிவான செய்கையை சகித்துக் கொண்டிருக்க முடியாது" என்று கூறிக் கொண்டே சந்தனு மகாராஜன் அவளைத் தடுத்தான்.

கங்கா தேவிக்கு சட்டென புரிந்து விட்டது. சந்தனு மகாராஜனுக்கு தன் மேல் இருந்த காதல் குறைந்து புத்திர பாசம் ஏற்பட்டு விட்டது என்பது அவனது அச்செய்கையிலிருந்து தெரிந்தது.

"சந்தனு மகாராஜனே! நீ கொடுத்த வாக்குறுதிகளை மீறி விட்டாய். என்னுடைய நிபந்தனைகளையும் மறந்து விட்டாய். உனக்கு உன்

பிள்ளைகள் மீது பாசம் வந்து விட்டது. அதன் காரணமாகவே என் மீது உனக்கு காதல் நீங்கி கோபம் வந்து விட்டது."

"அப்படியே இருக்கட்டும். நீ யாரென்று முதலில் கூறு" என சந்தனு மகாராஜன் அவளைத் தொடர்ந்து கேட்டான். "ரிஷிகளும் முனிவர்களும் யாவரும் போற்றும் கங்காதேவி நான் வசிஷ்டர் சாபத்தால் இது நேர்ந்தது" என்றாள் அவள். "வசிஷ்டர் சாபமா? விபரமாகச் சொல்..."

"சொல்கிறேன் கேள் மகாராஜனே... ஒரு நாள் அஷ்ட தேவர்கள் தங்கள் மனைவிமார்களுடன் வசிஷ்டர் ஆசிரமம் இருந்த மலைச் சாரலுக்கு வந்து அங்கே உள்ள குன்றுகளிலும், வனங்களிலும் சந்தோஷமாகத் திரிந்து கொண்டிருந்தனர். அப்போது வசிஷ்ட முனிவருடைய நந்தினி என்ற பசு அங்கு மேய்ந்து கொண்டிருந்தது. அந்த நந்தினி பசுவின் கொள்ளை அழகில் மனம் பறி கொடுத்துப் போனார்கள். அந்த தேவலோகத்துப் பெண்கள்.

அவர்களில் ஒருத்தி அந்த நந்தினிப் பசு எப்படியும் தனக்கு வேண்டு மென்று அடம்பிடித்தாள். முனிவர்களின் ஆசிரமத்தில் அவர் களுக்குப் பால் கறப்பதற்காக வளர்க்கப்படும் அந்தப் பசுவை அபகரித்தால் வசிஷ்ட முனிவரின் கோபத்துக்கு ஆளாக நேரிடும் என்று எவ்வளவோ சொல்லியும் அந்த மங்கை கேட்காது தேவர் களின் கையாளாகாத தன்மையை இகழ்ந்து கூற வேறு வழியின்றி எட்டுத் தேவர்களும் ஒன்று சேர்ந்து அந்த நந்தினிப் பசுவையும், கன்றையும் கவர்ந்து சென்று விட்டனர்.

ஆசிரமம் திரும்பிய வசிஷ்டர் நந்தினிப் பசுவும், கன்றும் இல்லாதது கண்டு நடந்ததைத் தன் ஞானக்கண் திருஷ்டியால் அறிந்து கடும் சினம் கொண்டார். தன்னுடைய நந்தினிப் பசுவைத் திருடிச் சென்ற அஷ்ட தேவர்களும், பூவுலகத்தில் மானுடராய்ப் பிறக்க வேண்டும் என்று சபித்தார்.

தேவர்கள் ஒன்று திரண்டு வந்து வசிஷ்டரை சாபம் நீங்கச் செய்ய பெரிதும் வேண்டினர். எய்த அம்பு எப்படியும் இலக்கு அடைந்தே தீருமோ, அதுபோல கொடுத்த சாபமும் செய்த தவற்றுக்குத் தண்டனையைக் கண்டிப்பாகக் கொண்டு வந்தே தீரும். நான் சொன்ன சாபத்தை என்னால் திரும்பவும் பெற முடியாது. பசுவைக்

கொண்டு போன பிரபாஸன் நீண்ட காலம் பூவுலகில் புகழ் பெற்று வாழ்வான்.

மற்றவர்கள் ஏழு பேர்களும் பிறந்தவுடன் பூமியிலிருந்து விடுதலை அடைந்து விடுவார்கள். இது போதுமா உங்களுக்கு? என்று தேவர்களை நோக்கி வசிஷ்டர் கேட்டார்.

தேவர்கள் இந்த மட்டும் சாபத்தின் வெம்மை தணிந்ததே என்று மகிழ்ந்து போனார்கள்.

அதன் பிறகு அந்த எட்டுத் தேவர்களும் என்னிடம் வந்து, "தாயே வசிஷ்டர் சாபத்தால் நாங்கள் பூவுலகில் பிறக்க விரும்புகிறோம். நீங்கள் தான் பூவுலகில் எங்களுக்குத் தாயாக வேண்டும். எனவே எங்களுக்காகப் பூவுலகிற்குச் சென்று ஒரு நல்ல கணவனைப் பெற்று எங்களைப் பிள்ளைகளாகப் பெற்று விரைவில் எங்களுக்கு விடுதலை வாங்கித் தாருங்கள். நாங்கள் பிறக்கப் பிறக்க கங்கா ஜலத்தில் எங்களைப் போட்டு விடுங்கள்" என்றார்கள்.

நானும் தேவர்களின் வேண்டுகோளுக்கிணங்கி பூவுலகில் உன்னைக் காதலித்து கணவனாகப் பெற்று சொன்னபடியே ஏழு குழந்தை களையும் பெற்று அடுத்தடுத்து கங்கா நதியில் போட்டு விட்டேன்.

வசிஷ்டர் வாக்குப்படி இந்த மண்ணுலகில் வாழ்ந்து புகழடைவதற் காகப் பிறந்துள்ள பிரபாஸன் என்ற தேவன் இவன்தான்.

இந்தக் குழந்தைகளை வசிஷ்டரின் வேதமும் சுக்ராச்சாரியாரின் அஸ்திரங்களும் கற்றுத் தெளிவதற்கு நான் சிறிது காலம் வளர்த்து பின் உன்னிடம் கொடுக்கிறேன். அவன் உலகம் புகழும் பிதாமகர் பீஷ்மராக உன் ராஜசபையை அலங்கரிப்பான்.

கங்கா தேவி சொல்லச் சொல்ல சந்தனு மகாராஜாவுக்கு ஆனந்தக் கண்ணீர் வழிந்தது. வாக்குறுதியளித்தபடியே கங்காதேவி எட்டாவது குழந்தையாகிய பீஷ்மரை சந்தனு மகாராஜாவிடம் ஒப்படைத்து மறைந்தாள். சத்திய நெறிக்கு உட்பட்டவர்களாக அக்காலத்தில் முனிவர்கள் இருந்து வந்ததால் அவர்கள் வீசிய சாபம் எய்த அம்பு போல நல்ல நோக்கம் என்ற இலக்கை அடைந்தே நின்றிருக்கிறது.

■

2. அவசரம் அழிவு தரும்

ஹஸ்தினாபுரத்தினை பாண்டு மகாராஜன் மிகவும் சிறப்பாக ஆண்டு கொண்டிருந்தான். அப்பொழுது குந்தி போஜன் தன் மகளான குந்திதேவிக்கு சுயம்வரம் நடத்த எல்லா நாட்டு மன்னர் களுக்கும் அழைப்பு விடுத்திருந்தான். ஹஸ்தினாபுரத்து மன்னன் பாண்டுவுக்கும் அழைப்பு அனுப்பி இருந்தான்.

குந்தி போஜன் சபையில் கூடியிருந்த அனைத்து அரசர்களிலும் அதிரூபசுந்தரனாக, கம்பீரமாக வீற்றிருந்த ஹஸ்தினாபுரத்து அரசன் பாண்டு மகாராஜனையே குந்திதேவி விரும்பி மையலுற்று மாலை யிட்டாள்.

பாண்டு மகாராஜனுக்கும், குந்தி தேவிக்கும் கோலாகலமாக திருமண வைபவம் நடைபெற்றது. விவாகம் முடிந்ததும் பாண்டு மன்னன் குந்தி தேவியை தன் நாட்டிற்கு அழைத்துச் சென்றான்.

பாண்டு மன்னன் குந்தி தேவியுடன் மகிழ்ச்சியாக இல்லறம் நடத்தி வரும் வேளையில் இராஜவம்ச வழக்கப்படி பீஷ்மர் யோசனையின் படி பாண்டு மன்னனுக்கு மத்ர ராஜனுடைய சகோதரி மாத்ரி தேவி

பாண்டு மகாராஜனுக்கு இரண்டாவது பட்ட மகிஷியாகத் திருமணம் செய்விக்கப்பட்டாள்.

அக்கால ராஜ வழக்கத்தில் மன்னர்கள் தங்கள் குலம் சிறக்க வேண்டிப் பலதாரம் முடிப்பது வழக்கமாக இருந்தது.

பாண்டு ராஜன் தன் இளம் மனைவியை அழைத்துக் கொண்டு ஒரு நாள் காட்டிற்கு வேட்டையாடச் சென்றான். பாண்டு மன்னன் தன் இளம் மனைவியைச் சந்தோஷப்படுத்த பல மிருகங்களையும் வேட்டையாடி வரும்போது ஓரிடத்தில் புதர் மறைவில் இரண்டு மான்கள் சரச விளையாட்டில் ஈடுபட்டிருப்பதைக் கண்டான்.

பாண்டுவின் இளம் மனைவியும் அதைப் பார்த்து அந்த மான் வேண்டுமென்று சொன்னதும் வில்லையும் அம்பையும் எடுத்துக் கொண்டு பாண்டு மன்னன் அவசரமாக கிளம்பினான்.

தனிமையில் உலகம் மறந்து விளையாடிக் கொண்டிருந்த அந்த மான்கள் மீது அவசர அவசரமாகப் பாண்டு மன்னன் அம்பு எய்தான்.

பாண்டு மன்னன் அவை வெறும் மான்கள்தான் என்று எண்ணி எய்தது மான்கள் அல்ல. அந்தக் கானகத்தில் உள்ள ஒரு ரிஷியும், ரிஷி பத்தினியுமே!

மனிதர்களின் பார்வையிலிருந்து மறைந்து கலவியின்பம் துய்க்க மான்களின் உருவத்தில் மறைந்திருந்தவர்கள் மீது இரக்கமின்றி அம்பு எய்த மன்னனை உயிர் நீங்கும் தருவாயில் சபித்து விட்டார் அந்த ரிஷி.

“கொடும் பாதகனே, மூடனே, அவசரக்காரனே! கலவியில் இன்பத்தில் திளைத்துக் கொண்டிருந்த எங்கள் மீது பாணம் விட்டுக் கொன்ற நீ, உன் மனைவியுடன் எப்போது கலந்தாலும் உனக்கு அடுத்த கணமே மரணம் நிச்சயம்.”

ரிஷியின் சாபம் கேட்டு வியர்த்துப் போனான் பாண்டு மன்னன். மான் உருவில் இருப்பவர் ரிஷி என்று அறியாத அவசரத்தில் மாபாதகம் புரிந்து விட்டோமே என்று பெரிதும் வருந்தினான் அவன்.

இனி தனக்கு மனைவி சுகமும் இல்லை, புத்திர பாக்கியமும் இல்லை என்ற உண்மை பேரிடியாய் மனதின் உள்ளே தாக்க பெரிதும் கலக்கமுற்றுப் போனான் பாண்டு மன்னன்.

இனிமேல் தான் ராஜ்ஜிய பரிபாலனம் செய்வதில் அர்த்தமில்லை என்ற மனம் நொந்து போய் பீஷ்மாச்சாரியரிடமும், விதுரரிடமும் ஆட்சிப் பொறுப்பை ஒப்படைத்து விட்டு மனைவிமார்களைக் கூட்டிக் கொண்டு வனத்திற்கு வந்து பிரம்மச்சரிய விரதம் பூண்டு வசிக்கலானான் பாண்டு மகாராஜன்.

கானகத்தில் ஆசிரம வாழ்க்கையில் ஈடுபட்டிருந்த பாண்டு மகா ராஜனை, தான் சந்ததியில்லாமல் உயிர் நீத்து விடக் கூடாதே என்ற கவலைக் கரையான் மனதை அரிக்கத் தொடங்கியபோது, குந்தி தேவிக்கு துர்வாச முனிவர் கொடுத்த வரம் நினைவுக்கு வந்தது.

பாண்டு மன்னனின் வேண்டுகோளுக்கு இணங்கி குந்திதேவியும், மாத்ரி தேவியும் துர்வாச முனிவரின் மந்திரம் ஜெபித்து பஞ்ச பாண்டவர்களைப் பெற்றனர். மனைவிமார்களுடனும், புத்திரர் களுடனும் கானகத்தில் மகிழ்ச்சியில் திளைத்திருந்த பாண்டு மகா ராஜன் கால ஓட்டத்தில் ரிஷி தனக்கு இட்ட சாபத்தை மறந்து போய் விட்டான்.

கானகத்தில் ஏற்பட்ட வசந்தம் கண்டு மகிழ்ந்த திளைப்பில் இயற்கை யின் வேகத்தால் ஈர்க்கப்பட்டு புத்தி தடுமாறிப் போய் பாண்டு மகாராஜன் தனது மனைவி மாத்ரி தேவியுடன் மகிழ்ச்சியாய் ஒன்று கலந்தான். மான் வடிவில் மாண்டு போன ரிஷியின் சாபம் பலித்தது. பாண்டு மகாராஜன் அந்தக் கணமே உயிரற்ற பிணமாகச் சாய்ந்தான்.

அரசனின் இந்தத் துர்மரணத்திற்குத் தான் காரணமாகி விட்டதால் யாவர் தூற்றலுக்கும் தான் ஆளாக நேரிடுமே என்று அஞ்சி பாண்டுவை தகனம் செய்த எரிசிதையில் மாத்ரி தேவியும் வீழ்ந்து இறந்தாள்.

பாண்டு மகாராஜனின் அவசரம் ரிஷிக்கு கோபம் ஏற்படுத்தி சாப மிடச் செய்து அவன் இறப்பதற்கும் காரணமாகி விட்டது.

■

3. குற்றத்திற்கேற்ப தண்டிப்பதே நல்ல தீர்ப்பு

மாண்டவ்யர் என்ற முனிவர் கானகத்தில் ஆசிரமம் அமைத்துக் கொண்டு தவ வாழ்க்கை மேற்கொண்டு வாழ்ந்து வந்தார்.

கல்வி, கேள்வி, சாஸ்திர அறிவும், சத்திய ஒழுக்க நெறியும், புலனடக்கமும் மிக்க அந்த முனிவர் தமது ஆசிரமத்தின் தனிமை காரணமாக எவ்விதப் பிரச்சனைகளுமின்றி தவ வாழ்க்கையை நடத்தி வந்தார்.

ஒரு நாள் ஆசிரமத்துக்கு வெளியே உள்ள மரத்தடியில் கண்களை மூடிக் கொண்டு தவநிலையில் இருந்தார் மாண்டவ்ய முனிவர்.

அப்போது அந்நாட்டு அரசனுடைய சேவகர்கள் சில கொள்ளைக் காரர்களைத் துரத்திக் கொண்டு வந்தார்கள். சேவகர்களின் கண்களில் இருந்து தப்பிப்பதற்காக முனிவரின் ஆசிரமத்துக்குள் நுழைந்து விட்டார்கள் கொள்ளையர்கள்.

அந்த ஆசிரமம் அவர்கள் பதுங்கி மறைந்து கொள்வதற்கு ஏற்ற இடமாக இருந்தது. கொள்ளையடித்துக் கொண்டு வந்த சொத்துக் களை ஒரு மூட்டையில் கீட் 4 ஒரு மூலையில் வைத்து விட்டு

மறுபுறம் அவர்கள் ஒளிந்து கொண்டார்கள். திருடர்களைத் தொடர்ந்து வந்த காவலாளிகள் ஆசிரமத்தினருகே வந்து நின்றனர்.

யோக நிலையில் கண்களை மூடி மரத்தடியில் உட்கார்ந்திருந்த மாண்டவ்ய முனிவரைப் பார்த்து 'முனிவரே இவ்வழியே திருடர் சிலர் ஓடி வந்தார்களே, நீங்கள் பார்த்தீர்கள்' என்று கேட்டனர்.

தவத்திலிருந்த முனிவர் அவர்களுக்கு எந்த பதிலும் சொல்லவில்லை.

'எந்த வழியாகச் சென்றார்கள் அந்தத் திருடர்கள் என்பதை சீக்கிரம் சொல்லுங்கள்' என்று முனிவரை மீண்டும் தொந்தரவு செய்தனர். முனிவர் பதிலேதும் கூறவில்லை.

இதற்கிடையில் முனிவரது ஆசிரமத்திற்குள் நுழைந்த காவலாளிகள் களவு போன சொத்துகளும், திருடர்களும் அங்கே ஒளிந்திருப்பதைக் கண்டு கையும் களவுமாகப் பிடித்தனர். இப்போது அவர்களுக்கு முனிவர் மீது கடுங்கோபம் ஏற்பட்டது.

"செய்வது திருட்டு, போடுவது முனிவர் வேஷம். மௌனமாக இருந்து விட்டால் எங்களால் திருடனைப் பிடிக்க முடியாதென்று நினைத்து விட்டார் இவர். திருடர்களுக்கெல்லாம் இவர்தான் தலைவர். இவருடைய ஏவுதலால் தான் இந்தக் கொள்ளை நடந்துள்ளது" என்று கூறியபடி அந்த முனிவரைச் சிறைப்பிடித்தனர்.

அரசனிடம் சென்று ரிஷி வேசம் போட்டுக் கொண்டு ஊரைக் கொள்ளையடித்த கொள்ளையர் தலைவனைப் பிடித்து வைத்திருக்கிறோம் என்று காவலாளிகள் கூறியதும், 'அந்தப் பாதகம் செய்த பாவியை உடனே சூலத்தில் ஏற்றுங்கள்' என்று கட்டளையிட்டான் மன்னன்.

காவலாளிகள் மாண்டவ்ய ரிஷியை அங்கேயே சூலத்தில் ஏற்றி விட்டு கொள்ளைப் பொருட்களைக் கொண்டு வந்து அரசனிடம் ஒப்படைத்தனர்.

சூலத்தில் ஏற்றப்பட்ட முனிவர் சாதாரண முனிவரா உடனே சாவதற்கு? அவர் தர்மாத்மா அல்லவா? ஆகையால் சூலத்தில் ஏற்றப்பட்ட நிலையிலும் உயிர் பிரியாது நீண்ட காலம் அப்படியே இருந்தார்.

தவயோகத்தில் இருந்தவரை நிஷ்டை கலையாமலே சூலத்தில் குத்தியதால் அந்த யோக சக்தியால் முனிவர் அப்படியே உயிருடன் இருந்தார்.

கானகத்தில் அங்கும் இங்கும் அலைந்து திரிந்த ரிஷிகள் பலரும் அவ்விடத்தில் வந்து கூடி நின்று அதிர்ச்சியடைந்தனர்.

பெரிய தர்மாத்மாவான மாண்டவ்ய ரிஷிக் இந்தக் கொடூர தண்டனை ஏன் என்று வினவினார்கள்.

“சாமான்யன் செய்த குற்றமென்றால் சட்டென்று கூறிவிடலாம். ஜகத்தை ஆளும் மன்னவன் கொடுத்த தண்டனை. சப்தமின்றி நான் அனுபவித்துத் தானே தீர வேண்டும்.”

ரிஷிகளிடம் மாண்டவ்ய ரிஷி சொன்னதும் மேன்மேலும் அவர்கள் வேதனை அடைந்தனர்.

அதன்பின் கழுவேற்றி உயிர் பிரியாமல் ஒரு முனிவர் கிடக்கும் அதிசயம் காண மக்கள் கூட்டமும் அங்கே அன்றாடம் நிரம்பி வழிந்தது.

எல்லோரும் மன்னரின் கொடூர தண்டனையைக் கண்டித்து அந்த மாண்டவ்ய ரிஷியை வணங்கிச் செல்லலாயினர்.

மன்னன் யாவற்றையும் கேள்விப்பட்டு உடனே அவ்விடத்துக்கு சென்றான் பரிவாரத்துடன்.

மிகவும் துயருற்று தான் செய்த மகா தவற்றுக்கு வருந்தி மாண்டவ்ய ரிஷியைச் சூலத்திலிருந்து இறக்கச் செய்து அவர் காலில் விழுந்து வணங்கினான்.

தன்னை மன்னிக்க வேண்டி மன்னன் மாண்டவ்ய ரிஷியிடம் மன்றாடினான்.

மாண்டவ்ய ரிஷிக்கு மன்னன் மீது யாதொரு கோபமுமில்லை. அவர் நேராகத் தர்மதேவதையிடம் சென்றார்.

அவருக்கும் தாம் அனுபவித்த துன்பங்களுக்கான காரணம் விளங்க வில்லை.

'தரும தேவதையே! இந்த உலகில் உள்ள ரிஷிகள் எல்லாம் என்னைத் தர்மாத்மா என்று கூறுகிறார்கள். இவ்வுலகில் எவ்விதக் கர்மமும் நான் செய்யவில்லை. அப்படி இருக்கும்போது சூலத்தில் குத்திக் கொல்லும்படியான துன்பத்தை நான் அனுபவிக்க யாது காரணம்? நான் தெரிந்து கொள்ளலாமா?'

தரும தேவதையை நேருக்கு நேர் கேட்டு விட்டார் மாண்டவ்ய ரிஷி.

"முனிவரே நீங்கள் பட்சிகளையும் வண்டுகளையும் மிகவும் இம்சித்திருக்கிறீர்கள். அதுதான் இந்தத் தண்டனை."

மாண்டவ்ய ரிஷிக்கு ஒன்றும் விளங்கவில்லை. "தரும தேவதையே! நான் அப்படி ஒரு குற்றம் செய்ததாக எனக்கு நினைவில்லை."

"நீங்கள் குழந்தையாக இருந்த காலத்தில் செய்தீர்கள்..."

மாண்டவ்ய ரிஷி தருமதேவதையின் குரல் கேட்டு கடும் சினம் கொண்டார்.

"குழந்தையாக இருந்த காலத்தில் அறியாமையில் செய்த சிறு தவற்றுக்கு இவ்வளவு பெரிய கொடூர தண்டனையா?"

"தரும தேவதையே! நீ குற்றத்தை சீர்தூக்கிப் பார்க்கும் லட்சணம் இதுதானா? நீ அத்தகைய தவறான தீர்ப்பு வழங்கியதால் பூலோகத்தில் மானுடனாக பிறப்பாயாக" என்று மாண்டவ்ய ரிஷி தரும தேவதையை சபித்தார்.

அந்த தரும தேவதையே விசித்திர வீரிய மகாராஜனின் மனைவி அம்பாலிகையினுடைய வேலைக்காரியின் வயிற்றில் விதுரனாகப் பிறந்தாள்.

■

4. ஆசை ஒரு நாளும் அணையாது

பரத குலத்தைச் சேர்ந்த சக்கரவர்த்தி யயாதி என்பவன் ஒரு நாள் வனத்தில் வேட்டையாடிக் கொண்டிருந்தான்.

வேட்டையாடிக் களைத்ததில் தாகம் ஏற்பட்டுத் தண்ணீர் இருக்கும் இடம் தேடி இங்கும் அங்கும் அலைந்து கடைசியில் ஒரு கிணற்றைக் கண்டறிந்தான். அங்கு வந்து ஆவலோடு அந்தக் கிணற்றினை எட்டிப் பார்த்தான்.

என்ன ஆச்சர்யம்! கிணற்றினுள் தண்ணீருக்குப் பதில் சூரியனுடைய பிரகாச ஒளியாய், தங்க விக்கிரகத்தைப் போல ஓர் அழகிய மங்கை இருந்ததைக் கண்டான் யயாதி மன்னன்.

பார்த்த முதல் பார்வையிலேயே அந்தப் பெண் மீது மனதைப் பறி கொடுத்தான். "பெண்ணே நீ யார்? இந்தப் பாழுங்கிணற்றுக்குள் எப்படி வந்தாய்? உன் குலம் யாது?"

அடுக்கடுக்காக கேள்விகளைக் கேட்ட யயாதி மன்னனைப் பார்த்து 'முதலில் உங்கள் வலக்கரம் கொண்டு என்னைக் கிணற்றிலிருந்து தூக்குங்கள்' என்றாள் அந்தப் பெண்.

யயாதி மன்னனும் அப்படியே வலக்கரம் கொண்டு மேலே அந்தப் பெண்ணைத் தூக்கி விட்டான்.

“என் பெயர் தேவயானி. அசுரர்களின் குருவான சுக்ராச்சாரியாரின் புதல்வி, நானும் எனது தோழி சர்மிஷ்டை என்பவளும் இந்தக் காட்டு வழி வந்தோம். விருச பர்வராஜனின் புதல்வி என்ற ஆணவத்தில் சர்மிஷ்டை, என் தந்தையையும் என்னையும் இகழ்ந்து பேசி விட்டு என்னை இந்தப் பாழுங்கிணற்றுக்குள் தள்ளி விட்டாள்.”

தேவயானி தன் பூர்வாங்கக் கதையைச் சொல்லி விட்டு யயாதி மன்னனை கண் விழுங்க பார்த்தபடி கூறினார். “மன்னனே நான் ஒரு பிராமணப் பெண். என் வலக்கரத்தைப் பற்றித் தூக்கிய ஆடவர், யாராக இருந்தாலும் அவர்தான் என் கணவர், நீங்கள் என்னை விவாகம் செய்து கொள்ள வேண்டும்.” யயாதி மன்னன் இதைக் கேட்டு மிகவும் வியப்படைந்தான்.

“பெண்ணே தேவயானி! நீயோ பிராமணப் பெண். நானோ க்ஷத்திரியன். உன் தந்தை உலகத்துக்கே ஆச்சாரியள். எப்படி நான் உன்னை மணப்பது முறையாகும்? எனவே அந்த எண்ணத்தை மறந்து நீ உன் வீட்டிற்குச் சென்றிடு” என்று கூறிவிட்டு யயாதி மன்னன் குதிரையேறிச் சென்று விட்டான்.

யயாதி மன்னனின் நிராகரிப்பும் தோழி சர்மிஷ்டையின் அவமதிப்பும் சேர்ந்து கொந்தளிப்பின் எல்லையில் நின்ற தேவயானி ஆசிரமத்துக்குச் செல்லாமல் காட்டிலேயே நின்று விட்டாள்.

மகளைக் காணாது பதறிப்போன சுக்ராச்சாரியார் காட்டில் தன்னந்தனியாய் நின்ற மகளைக் கண்டு சோகம் கேட்டறிந்தார்.

“என்னையும் உலகம் போற்றும் உங்களையும் தூற்றி அவமானப் படுத்திப் படுகுழியில் தள்ளிய அகங்காரி சர்மிஷ்டையின் அப்பன் அதிகாரம் செய்யும் ஊரில் நான் வாசம் செய்ய முடியாது தந்தையே...” என்று ஒப்பாரி வைத்தாள் தேவயானி.

சுக்ராச்சாரியாருக்கு மகளுடைய சோகம் நெஞ்சில் ஆணி கொண்டறைந்தது போல இருந்தது. நேராக விருஷ பர்வ மன்னனிடம் சென்றார்.

“நீயும் உன் அசுரர்களும் அழிந்தாலும் சரி. என்ன ஆனாலும் சரி. இனி நான் உங்களுக்கு உதவப் போவதில்லை, எனக்கு என் மகள் தேவயானிதான் முக்கியம். அவளை இந்த அளவுக்கு அவமானம் செய்த பெண்ணைப் பெற்றவன் நாட்டில் இனி நான் ஒரு நிமிடம் கூட இருக்க மாட்டேன்.”

ஆவேசம் கொண்ட ஆச்சாரியாள் கோபத்தில் புழுதி பறக்கக் கூறி விட்டுச் சென்றதும் விருஷ பர்வனும் அவனது மகள் சர்மிஷ்டையும் அவரைப் பின் தொடர்ந்து சென்று அவரது கோபத்தை தணிக்க எவ்வளவோ முயற்சி செய்தனர்.

‘‘பிச்சையெடுக்கும் அந்தணன் மகள் என்று ஏளனம் செய்த சர்மிஷ்டை என் வீட்டு வேலைக்காரியாக வேண்டும். நான் திருமணமாகிச் செல்லும் வீட்டிலும் எனக்கு அவள் வேலைக்காரி யாக இருக்க வேண்டும். சம்மதமென்றால் என் தந்தை இந்த நாட்டில் இருந்து உங்களுக்கு உதவுவார்.”

தந்தை சுக்ராச்சாரியாருக்குப் பதிலாக தேவயானி குமுறலுடன் நிபந்தனை விதித்தாள்.

சர்மிஷ்டை தன் தந்தைக்காகவும், நாட்டுக்காகவும் வேறு வழியின்றி ஒப்புக் கொண்டாள்.

ஒரு நாள் தேவயானிக்கு யயாதி மன்னனை மீண்டும் கானகத்தில் காணும் வாய்ப்பு ஏற்பட்டது. அவனைத் தந்தை சுக்ராச்சாரியாரின் முன்னால் கூட்டிச் சென்று மணம் செய்து வைக்க வேண்டினாள் அவள்.

சுக்ராச்சாரியரின் சம்மதத்துடன் யயாதி தேவயானியைத் திருமணம் செய்து சந்தோஷத்துடன் நாட்களைக் கழித்து வந்தான்.

தேவயானியின் வேலைக்காரியான சர்மிஷ்டையின் பேரெழில் யயாதி மன்னனைக் கவர்ந்தது.

சர்மிஷ்டைக்கும் யயாதி மன்னனுக்குமிடையே ரகசியக் காதல் முற்றி விவாஹம் வரை வந்து விட்டது. இந்தத் துரோக ஏற்பாடுகள் அனைத்தையும் தெரிந்து கொண்ட தேவயானி கடுஞ்சினமுற்று தன் தந்தையிடம் முறையிட்டாள்.

சுக்ராச்சாரியார் தன் அன்பு மகளுக்காக இந்த உலகத்தில் எதையும் அழிக்கவும் துறக்கவும் தயாராய் உள்ளவர். இந்தச் செய்தி பழுக்க காய்ச்சி செருகிய ஈட்டியாக நெஞ்சில் வலி ஏற்படுத்தியது.

வாலிபம் தந்த இறுமாப்பில் தானே, "என் மகளுக்கு இத்தகைய துரோகம் நினைத்தாய் யயாதி மன்னனே! நீ இப்போதே இளமையை இழந்து முதுமை அடைவாய்" என்று சாபமிட்டார் சுக்ராச்சாரியார்.

நடு வாலிபத்தில் இப்படித் திடும்மென்று இளமையை இழந்த யயாதி மன்னன் மிகுந்த துயருற்றான். யயாதி மன்னனுக்கு ஏற்கனவே ஐந்து அழகிய குமாரர்கள் இருந்து வந்தார்கள்.

ஆயினும் யயாதி மன்னனுக்கு சுகங்களையும், ஆசைகளையும் அனுபவிக்கும் ஈடுபாடு குறையவே இல்லை. இப்போது முனிவர் சாபத்தால் இளமை போய் விட்டதால் எப்படி உலக சந்தோஷங் களை அனுபவிப்பது என்ற கவலையில் ஆழ்ந்தான்.

சாபம் இட்ட முனிவரிடம் தன்னுள் கொந்தளிக்கும் ஆசைகளை நிறைவேற்றிக் கொள்ள இளமையைத் தாருங்கள் என்று கெஞ்சிய படி தன்னுடைய பிழையைப் பொறுத்தருள வேண்டினான்.

"மன்னனே நான் இட்ட சாபத்தை திரும்பப் பெற முடியாது. உன்னுடைய மூப்பை யார் விரும்பி ஏற்றுக் கொள்கிறார்களோ அவர்களது இளமையை நீ பெற்றுக் கொள்ளலாம்" என்றார்.

சுக்ராச்சாரியார் சொன்ன பாவ விமோசனம் பெற யாது வழி எனச் சிந்தித்தான் யயாதி.

தன்னுடைய அழகிய இளமையான புதல்வர்கள் யாராவது அவர் களது இளமையைத் தந்தால் அதனைப் பெற்று இந்தப் பூவுலகில் உள்ள இன்பங்களை எல்லாம் துய்க்கலாமே என்று யோசித்து தன் புதல்வர்களை அழைத்தான்.

"புதல்வர்களே! நான் முனிவர் சாபத்தினால் இளமையை இழந்து நிற்கிறேன். நான் இவ்வுலக சந்தோஷங்களை இன்னும் முழுமை யாக, திருப்தியாக அனுபவிக்கவில்லை. எனவே என் மூப்பை பெற்றுக் கொண்டு உங்கள் இளமையை எனக்கு உங்களில் யார்

தருகிறீர்களோ அவனுக்குத்தான் இந்த நாட்டை ஆளும் உரிமை தருவேன்."

ஒவ்வொரு மகனாக கூப்பிட்டு கெஞ்சிக் கேட்டான் யயாதி மன்னன். எல்லோரும் முதுமையின் தள்ளாட்டத்தையும், பயனின் மையும், அவமதிப்பையும் சொல்லி கிடைத்தற்கரிய இளமையைத் தருவதற்கு மறுத்தனர்.

கடைசி இளவரசன் புரு என்பவன்தான் தந்தையின் அழுகுரலுக்கு இரங்கி தன் இளமையைத் தருவதற்கு சம்மதித்தான். அந்த சந்தோஷத்தில் அந்த இளவரசனை யயாதி மன்னன் அன்புடன் அணைத்த மாத்திரத்தில் இளவரசனின் இளமை யயாதிக்கு வந்து விட்டது.

இளமையை மீண்டும் பெற்ற யயாதி மன்னன் தன்னுடைய இரண்டு பத்தினிகளுடன் நீண்ட காலம் காமசுகம் அனுபவித்தான். அதன் பிறகு குபேரனுடைய உத்தியான வனத்தில் ஒரு தேவதையுடன் நிறைய ஆண்டுகள் இன்பம் துய்த்தான்.

பல பெண்களை பல காலம் அனுபவித்த போதிலும் யயாதி மன்னனின் ஆசை அடங்கவில்லை. பெண் சுகத்தில் திருப்தி அடையவே இல்லை. அப்போது யயாதி மன்னனுக்கு வாழ்க்கை யின் ஆழமான அர்த்தம் விளங்கியது. ஆசைக்கு அளவில்லை. ஆசை அடங்காது என்ற உண்மை புரிந்து தன் புதல்வன் புருவிடம் வந்தான்.

"அன்புச் செல்வனே! தீயில் எண்ணெய்யை ஊற்ற ஊற்ற தீ எரியுமே தவிர அணையாது. அதுபோல பொன்னும், பொருளும், பெண்ணும் மனிதனுக்கு சாந்த நிலையைக் கொண்டு வராது. இதனைப் புரிந்து கொண்டேன். இந்த இளமையை நீயே வைத்துக் கொள்" என்று புதல்வனிடம் பெற்ற இளமையை அவனுக்கே கொடுத்து விட்டு முதுமையை பெற்றுக் கொண்டு கானகத்திற்குச் சென்று தவம் செய்யலானான் யயாதி மன்னன்.

5. விளையாட்டு விபரீதம் ஆகும்

குந்தி போஜ மகாராஜன் தனக்குப் பின் நாட்டை ஆள பிள்ளை இல்லாக் கவலையில் ஆழ்ந்திருந்தான்.

அவனுடைய கவலையைப் போக்குவதற்காக கண்ணனுடைய பாட்டனாரும் யாதவ குல அரசனுமாகிய சூரன் என்பவன் முன் வந்தான்.

சூரனுக்கு பிருதை என்ற மகள் இருந்தார். அவள் அழகிலும், அனைத்து குண விசேடங்களிலும் திகழ்ந்திருந்தார்.

சூரன் தன் அழகிய குழந்தையான பிருதையை குந்தி போஜனுக்கு சுவிகாரப் புதல்வியாக்கினான். குந்தி போஜனின் மகளாகப் பிருதை வளர்ந்ததால் அவள் குந்தி என அழைக்கப்பட்டாள்.

முனிவர்களில் கோபத்துக்கு பெயர் போனவர் துர்வாச மகரிஷி, குந்தியானவள் துர்வாச முனிவர் அரண்மனைக்கு விருந்தாளியாக வந்து தங்கி இருந்தபோது அவருக்கு வேண்டிய பணிவிடைகள் செய்து அவரது மேலான அன்புக்கு பாத்திரமானாள்.

அவரும் மகிழ்ச்சியடைந்து சிறுமியாக இருந்த குந்திதேவிக்கு ஒரு திவ்ய மந்திரத்தை உபதேசித்தார்.

“குந்தி! இந்த திவ்ய மந்திரத்தைச் சொல்லி நீ எந்தத் தேவதையை எண்ணி அழைக்கிறாயோ அந்தத் தேவதை வந்து தன்னுடைய மகிமையால் ஒரு புத்திரனைத் தரும்” என்று வரம் தந்தார்.

சிறுமியான குந்திதேவி அடைந்த மகிழ்ச்சிக்கு அளவே இல்லை. அன்று முழுவதும் அவளுக்குத் தூக்கம் கூடப் பறந்து விட்டது.

அழைத்த மாத்திரத்தில் தேவதை வந்து தன் கையில் ஒரு குழந்தையைத் தரும் என்ற துர்வாச முனிவர் தந்த வரத்தை நினைக்க, நினைக்க வேடிக்கையாக மனம் குதூகலித்தது, அது நிச்சயம் நடக்குமா என்று மனதின் ஓர் ஓரத்தில் அவநம்பிக்கையும் துளிர்த்தது.

துர்வாச முனிவர் கொடுத்த வரத்தினை எப்படியும் பரிட்சை செய்து பார்த்து விட வேண்டும் என்று மனதுக்குள் ஒரு படபடப்பு மேலோங்கியது.

அன்று உடனே தோட்டத்துக்கு வந்து ஆகாயத்தை அண்ணாந்து பார்த்தாள் குந்தி. சூரிய பகவான் கண்ணைப் பறிக்கப் பிரகாசித்துக் கொண்டிருந்தார்.

ஒளி வீசும் சூரிய பகவானை மந்திரம் சொல்லி அழைத்துப் பார்த்தாள் என்ன என்று சிறுமி குந்தியின் மனதுக்குள் ஒரு விளையாட்டு எண்ணம் துளிர்த்தது.

துர்வாசர் கூறிய மந்திரத்தை உச்சரித்துச் சூரிய பகவானை அழைத்தாள் சிறுமி குந்தி.

குந்தி அழைத்தவுடனே வானத்தைக் கருமேகம் சூழ்ந்து வானம் இருண்டு போனது. அழகிய மானுட உருவம் தரித்துக் கண்ணைப் பறிக்கும் ஒளி வீச சூரிய பகவான் குந்தியின் முன்னால் வந்து நின்றார்.

சிறுமி குந்தி தேவி மிரண்டு போய், ‘பகவானே தாங்கள் யார்?’ என்று கேட்டாள்.

"அன்புக்குரிய பெண்ணே! குந்தி தேவியே! நான் சூரிய பகவான். புத்திர பாக்கியம் நல்கும் மந்திரத்தை நீ ஏவியதால் உன் முன்னால் நான் வந்து நிற்கிறேன். உனக்குக் குழந்தை வரம் நல்க வேண்டியது என் கடமை"

சூரிய பகவான் சொன்னதும் நடுங்கிப் போனாள் குந்தி.

"பிரபு நான் என் தந்தைக்குப் பிரியமான கட்டுப்பாட்டிலுள்ள கன்னிகை. துர்வாச மகரிஷி எனக்குக் கொடுத்த மந்திரத்தை பரிட்சை செய்து பார்க்க எண்ணியதால் ஏற்பட்ட விபரீதம் இது. இந்தச் சிறுமியின் விளையாட்டுப் புத்தியை மன்னித்தருளுங்கள்" என்று குந்தி தேவி மண்டியிட்டுக் கேட்டாள்.

"பெண்ணே! மந்திர வார்த்தைகளுக்குக் கட்டுப்பட வேண்டிய பொறுப்பு எங்களுக்கு இருக்கிறது. ஏவப்பட்ட மந்திரத்தால் இங்கு வந்துள்ள நான் குழந்தையை உனக்குத் தராது வானுலகம் செல்ல இயலாது. அது தேவலோகச் சட்டம்" என்றார் சூரிய பகவான்.

'சூரிய பகவானே! எப்படியாவது என்னை இந்த இக்கட்டிலிருந்து விடுபடச் செய்யுங்கள். நான் விளையாட்டுச் சிறுமி' என்றாள்.

"குந்தி தேவி நீ பயப்பட வேண்டாம். என்னால் உனக்கு எவ்விதத் தீங்கும் நேராது. நீ என்னிடமிருந்து குழந்தைப் பெற்றுப் பிரிந்ததும் முன்பு போலவே பரிசுத்த கன்னியாக நீ மாறிவிடுவாய்."

உலகின் ஒளிக்கடவுளாகிய சூரிய பகவான் மந்திரச் சொல்லுக்கு கட்டுப்பட்டு குந்திதேவிக்கு கர்ப்பத்தை தந்து விட்டான்.

சூரிய பகவான் மைந்தனாக, சூரியனைப் போன்ற ஒளியும், அழகும், உடலோடு உடன் பிறந்த கவசமும், காதில் குண்டலங்களும் கொண்டு கர்ணன் குந்திக்கு மகனாகப் பிறந்தான்.

சூரிய பகவான் ஆணைப்படி குந்திதேவி மறுபடியும் கன்னித் தன்மையை அடைந்து விட்டாள்.

சிறுமியான குந்தியின் கையில் இப்போது சூரிய குமாரன் கர்ணன் குழந்தையாயிருக்க என்ன செய்வதென்றறியாது திகைத்துப் போய் நின்று கொண்டிருந்தாள்.

திருமணம் ஆகாத நிலையில் ஒரு குழந்தைக்கு தான் தாய் என்பதை இந்த உலகம் ஏற்குமா? தன்னுடைய தந்தைக்கு இது தீராப்பழியினைத் தேடித் தருமே என்று மிகவும் மனம் பதைபதைத்த நிலையில் பச்சைக் குழந்தையைக் கொல்வதற்கு தாய்மை இடம் தரவில்லை.

நீண்ட நேரம் யோசித்துப் கடைசியாக ஒரு முடிவுக்கு வந்தாள். விளையாட்டால் விபரீதம் நேர்ந்த தன் புத்தியை நொந்துகொண்டு, தான் பெற்ற குழந்தையை யாருக்கும் தெரியாமல் ஓர் அழகிய பெட்டியில் பத்திரமாக வைத்து ஆற்றில் விட்டு விட்டாள் குந்தி.

ஆற்றில் விடப்பட்ட குழந்தை கர்ணனை தேரோட்டி ஒருவன் எடுத்து வளர்த்து வருவதை அறியாத குந்தி தன்னுடைய விளையாட்டுப் பருவக் குற்றத்தை எண்ணி நீண்ட காலம் கண்ணீர் வடித்தாள்.

■

6. ராஜ்ஜியம் இல்லாதவன் ராஜாவுக்கு நண்பன் இல்லை

பரத்வாஜர் என்ற பிராமணருடைய புத்திரர் தான் துரோணர். இவர் தேவ சாஸ்திரங்களையும், அஸ்திரப் பயிற்சிகளையும் நன்கு கற்றுத் தேர்ந்தார். ஆசிரமத்தில் இவருடன் பயின்ற மற்றொரு மாணவன் துருபதன்.

துருபதன் பரத்வாஜரின் நண்பராகிய பாஞ்சால தேசத்து மன்னனின் மகனாவான். துரோணருக்கும் துருபதனுக்கும் ஆசிரமத்தில் சிறு வயதில் மிகுந்த நெருக்கம் ஏற்பட்டு இணைபிரியா சிநேகிதர்களாகி விட்டனர்.

சஸ்திர அஸ்திரப் பயிற்சிகளையெல்லாம் கற்றுத் தெளிந்தபின் துருபதன் ஆசிரமத்தை விட்டு பாஞ்சால தேசம் செல்ல வேண்டிய நாள் வந்தது.

துருபதன் தனது நண்பனாகிய துரோணரை விட்டுப் பிரியும்போது கண்கலங்கி விட்டான்.

"துரோணா, நான் பாஞ்சால தேசத்துக்கு மன்னனாகப் பட்டம் சூட்டும் நாள் வரும்போது என் ராஜ்ஜியத்தில் பாதியைத் தருகி

றேன்” என்று துருபதன் துரோணரிடம் சொன்னபோது துரோணரும் நெஞ்சு நெகிழ்ந்து போனார்.

ஆசிரம வாசம் முடிந்ததும் அந்தணரான துரோணர் கிருபாச்சாரியரின் சகோதரி கிருபையை மணந்தார் துரோணர். அவர்களுக்கு அசுவத்தாமன் என்ற மகன் பிறந்தான்.

மகனையும் மனைவியையும் சந்தோஷமாக வைத்துக் காப்பாற்ற மிகுந்த செல்வம் வேண்டுமென்று துரோணர் ஆசைப்பட்டார்.

அப்போது பரசுராமர் தம்முடைய செல்வம் அனைத்தையும் பிராமணர்களுக்கு தானம் தந்து விட்டு துறவு கொள்ள விருப்பதாக கேள்விப்பட்டு துரோணர் அவரிடம் சென்றார்.

ஆனால் துரோணரைப் பிடித்த துரதிருஷ்டம் அவர் போய்ச் சேருமுன்பே பரசுராமர் எல்லாச் செல்வங்களையும் தானம் செய்து விட்டு வனத்துக்கு செல்வதற்கான ஆயத்தத்தில் இருந்தார்.

“துரோணாச்சாரியரே! என்னுடைய பொருளனைத்தையும் பிராமணர்களுக்குத் தாரை வார்த்து விட்டேன். என்னிடம் இப்போது மிஞ்சியிருப்பது என் சரீரமும் என் அஸ்திர சாஸ்திரங் களும்தான்.”

பரசுராமர் சொன்னதைக் கேட்டதும் துரோணர், “அதனாலென்ன பரவாயில்லை. செல்வம் போனாலென்ன? தங்களிடம் உள்ள அஸ்திர சாஸ்திரங்களை எனக்கு பூரணமாகக் கற்றுத் தாருங்கள்” என்றார்.

அப்படியே பரசுராமரும் தம்முடைய வித்தைகளைத் துரோணருக்கு உபதேசம் செய்தார். இந்நிலையில் பாஞ்சால தேசத்து மன்னன் இறந்து போனதால் துருபதனுக்குப் பட்டாபிஷேகம் சூட்டி னார்கள். ஊரே திருவிழாக் கோலத்திலிருந்தது.

பரசுராமரிடம் வித்தை பயின்ற பின் செல்வத்திற்கு எங்கே செல்வது என்று யோசித்துக் கொண்டிருந்த துரோணருக்கு ஆசிரம வாசத்தின் போது தனது பால்ய நண்பன் துருபதன் தான் மன்னனாகும்போது பாதி ராஜ்யம் தருவதாக வாக்களித்தது நினைவுக்கு வந்தது.

அதனை நினைவூட்டிச் செல்வம் பெற்று வரலாம் என்று பாஞ்சால தேசம் சென்றார் துரோணர். துருபத மகாராஜன் துரோணரை வரவேற்ற விதமே சரியில்லாமல் இருந்தது.

இருந்தபோதிலும் அதனைப் பெற்றுக் கொண்டு துரோணர் ஆசிரம வாழ்க்கையின் போது தனக்கு அவன் அளித்த வாக்குறுதிகளை நினைவுபடுத்தியதில் துருபதன் கோபத்தின் எல்லைக்கே போய் விட்டான்.

ஏ பிராமணரே! தெளிந்த புத்தியுடன் தான் இப்படிப் பேசுகிறீர். என்ன துணிவிருந்தால் என்னை நீர் சிநேகிதன் என்று சொல்வீர்? நான் பாஞ்சால தேசத்து மன்னன். நீரோ பஞ்சை உடுத்திய பரதேசி தரித்திரனும் தனவானும் எப்படி நண்பராக முடியும்? மூர்க்கனும் வித்வானும் எப்படி சிநேகிதன் ஆவார்? ராஜ்யமில்லாதவன் எப்படி ராஜாவுக்கு சிநேகிதன் ஆவான்? ஒரு நாளும் ஆக மாட்டான்.

துருபதன் சொல்லச் சொல்லத் துரோணருக்கு வெட்கமும் அவமானமும் ஏற்பட்டுத் தலை குனிந்தபடியே அஸ்தினாபுரம் வந்து சேர்ந்தார்.

அஸ்தினாபுரத்தில் கிருபாச்சாரியார் வீட்டில் மனம் உடைந்து போய், யாருக்கும் தெரிவிக்காமல் மறைவாக இருந்து வந்தார் துரோணர்.

அஸ்தினாபுரத்து ராஜகுமாரர்கள் ஒரு நாள் நகரத்துக்கு வெளியே பந்து விளையாடிக் கொண்டிருந்தனர்.

அப்படி விளையாடிக் கொண்டிருந்த போது தருமனுடைய பந்தும் மோதிரமும் அங்கிருந்த கிணற்றில் விழுந்து விட்டன.

அவர்களால் அதனை எடுக்க முடியவில்லை. அந்த நிலை கண்டு துரோணர் அஸ்திர மந்திரம் சொல்லி பந்தையும், மோதிரத்தையும் மேலே வரச் செய்தார்.

ராஜகுமாரர்கள் மிகுந்த ஆச்சரியப்பட்டு அரண்மனையில் பீஷ்மாச் சாரியரிடம் போய் நடந்ததைக் கூறவும், அந்த வித்தையைச்

செய்தவர் துரோணராகத்தான் இருக்க முடியும் என்று உறுதி செய்து அவரை அரண்மனைக்கு அழைத்தார்.

பாண்டவ கௌரவர்களுக்கு வில் வித்தை பயிற்சியினை அளிக்க வேண்டுமென்று துரோணரிடம் கேட்டுக் கொண்டார் பீஷ்மர்.

பாண்டவர்களும், கௌரவர்களும் வில் வித்தை பயிற்சியை நன்கு கற்றுத் தேறினர்.

கர்ணனையும், துரியோதனனையும் பார்த்து துரோணர் தனக்குக் குருதட்சணையாக துருபத மன்னனைப் பிடித்து வரும்படி கேட்டார். ஆனால் அவர்களால் அதனைச் செய்ய முடியவில்லை.

துரோணர் அடுத்தபடியாக அர்ச்சுனனை அனுப்பினார். அர்ச்சுனன் யுத்தம் செய்து துருபதனை பிடித்துக் கொண்டு வந்து துரோணரிடம் ஒப்படைத்தான்.

இப்போது துருபதன் நாடிழந்து துரோணர் முன்பாகக் கைகள் கட்டப்பட்டு நின்றான்.

"துருபதனே! ராஜ்ஜியம் இல்லாதவன் ராஜாவுக்கு சிநேகிதன் ஆக மாட்டான் என்று கூறினாய். ஆகையால்தான் உன்னைச் சிநேகிதம் செய்து கொள்ள எனக்கு ஒரு ராஜ்ஜியம் தேவைப்பட்டது.

உன் ராஜ்ஜியத்தை வெற்றி கொண்டுள்ளேன். இப்போது மறுபடியும் என்னை நீ சிநேகிதம் கொள்ள பாதி ராஜ்ஜியமாவது உனக்கு வேண்டும். இதோ எடுத்துக் கொள் கொடுக்கிறேன்" என்றான்.

துருபத மன்னனின் கர்வம் இப்போது அடங்கியது.

7. எலியைத் தீண்டாது நெருப்பு

அஸ்தினாபுரத்து மகுடம் எப்படியும் பஞ்ச பாண்டவர்களுக்குத்தான் சொந்தமாகப் போகிறது என்ற பொறாமை துரியோதனனுக்கு நாளுக்கு நாள் வளர்ந்து கொண்டேயிருந்தது.

பிறவிக் குருடனாகிய திருதராட்டிரனோ, துரியோதனனின் மனதில் கொந்தளிக்கும் குரோதத்தை அறியாது பஞ்ச பாண்டவர்கள் மீது மிகுந்த அன்பு காட்டி வந்தது துரியோதனனுக்கு எரிச்சலை மூட்டியது.

பீஷ்மரிடம் கேட்கவே வேண்டியதில்லை. அவரும் தர்மர்தான் அஸ்தினாபுரத்தை ஆளத் தகுதியுடையவன் என்பார். சித்தப்பா விதுரனும் பஞ்ச பாண்டவர்கள் பக்கம் தான் பேசுவார்.

இந்நிலையில் அரசாட்சியை எப்படி அபகரிப்பது என்று சகுனி மாமாவும் துரியோதனனும் இரவு பகலாக யோசித்தார்கள்.

பஞ்ச பாண்டவர்களை எப்படியாவது வாரணா வதம் நகருக்கு வரவழைத்து யாருக்கும் சந்தேகம் இல்லாத வகையில் ரகசியமான முறையில் கொன்று விட்டால் அஸ்தினாபுரத்தை கைப்பற்றி விடலாம் என்று நினைத்தனர்.

வாரணாவதத்தில் அழகான அரக்கு மாளிகை ஒன்றைக் கட்டி விருந்தினர்களாக பஞ்ச பாண்டவர்களைத் தங்கச் செய்து தற்செயலாகத் தீப்பற்றியது போல ஒரு நாள் எல்லோரும் தூங்கிக் கொண்டிருக்கும்போது தீயிட்டு அவர்களைக் கொளுத்தி விடலாம் என்று இருவரும் திட்டம் தீட்டினர்.

பாண்டு புத்திரர்கள் மீது எப்போதும் பாசம் வைத்திருக்கும் திருத ராட்டிரனை வைத்து பஞ்ச பாண்டவர்களை வாரணாவதத்திற்கு விருந்துக்கு அழைக்கச் செய்தனர். விதுரருக்கு மட்டும் கௌரவர்களின் திட்டம் தெரிந்து விட்டது. துரியோதனன் புரோசனன் என்பவனை அவர்களிடமிருந்து பஞ்ச பாண்டவர்களை எப்படியும் காப்பாற்றி விட வேண்டும் என்று அவரும் ரகசியமாகத் திட்ட மிட்டார்.

பாண்டவர்கள் வாரணாவதம் வருவதற்கு சில நாட்களுக்கு முன்பாகவே அங்கு போகச் சொல்லி பாண்டவர்களுக்கான அரக்கு மாளிகை அமைக்கச் சொல்லி விட்டான். சணல், குங்குலியம், மெழுகு, நெய், கொழுப்பு, அரக்கு இவைகளோடு மண்ணைக் கலந்து எளிதில் தீப்பற்றக்கூடிய பொருட்களைக் கொண்டு சேர்த்து அழகிய அரக்கு மாளிகையை புரோசனன் கட்டினான்.

அஸ்தினாபுரத்தில் எல்லோரிடமும் விடைபெற்றுக் கொண்டு பஞ்ச பாண்டவர்களும் குந்தி தேவியும் மிகுந்த மகிழ்ச்சியுடன் வாரணா வதம் நோக்கிப் புறப்பட்டனர்.

துரியோதனனின் தம்பிமார்களும் மற்றும் அவனைச் சார்ந்தவர்களும் பஞ்ச பாண்டவர்களை அங்கு அழைத்துச் செல்ல ஆவலோடு வந்திருந்தனர். எல்லாம் அறிந்த விதுரன் மட்டும் மிகுந்த கவலை யோடு இருந்தார்.

பாண்டவர்களுக்கு நேரிடையாக எச்சரிக்கை செய்ய முடியாதபடி துரியோதனன் ஆட்கள் இருந்ததால் மறைமுகமாக அவர்களைப் பார்த்து எச்சரிக்கை செய்தார்.

எதிரியின் யோசனையை அறிந்த க்ஷத்திரியன் தான் ஆபத்தைத் தாண்டுவான். எதிரியைக் கூர்மையான ஆயுதம் கொண்டு தான்

அழிக்க வேண்டும் என்பதில்லை. காடுகளை அழிப்பதும் குளிரைப் போக்குவதுமான ஒரு பொருள் வளைக்குள் வாசம் செய்யும் எலியை தீண்டாது. முள்ளம்பன்றி பூமியைத் தோண்டி காட்டுத் தீயிலிருந்து தப்பித்துக் கொள்ளும் அறிவாளி நட்சத்திரங்களின் திசை அறிவான்.

விதுரன் கூறிய ரகசிய மொழி தருமனுக்கு பாதி விளங்கியது. துரியோதனன் மூலம் வாரணாவதத்தில் தங்களுக்கு ஏதோ பெருந் தீங்கு விளையக் காத்திருக்கிறது என்பது மட்டும் தெளிவாகியது. அந்தத் தீமையிலிருந்து எலியைப் போல முள்ளம்பன்றியைப் போலப் பூமியைத் தோண்டித் தங்களைப் பாதுகாத்துக் கொள்ள அறிவுரை சொன்னது போல் தெரிந்தது.

இப்போது வாரணாவதம் செல்லும் மகிழ்ச்சி பறந்து போய்ச் சோகம் முகமெல்லாம் பரவியது பஞ்ச பாண்டவர்களுக்கு. வாரணாவதத்தில் துரியோதனன் ஆட்கள் பஞ்ச பாண்டவர்களை வரவேற்றனர். புரோசனன் பாண்டவர்களுக்காக கட்டிய ‘சிவம்’ எனும் அரக்கு மாளிகைக்கு அவர்களை அழைத்துச் சென்றனர்.

விதுரர் கூறியதை நினைவில் கொண்டு பஞ்ச பாண்டவர்கள் அரக்கு மாளிகையைச் சுற்றிச் சுற்றி வந்து ஆராய்ந்தார்கள். கண்கவர் மாளிகையாக வெளிப்புறத் தோற்றத்திற்குக் கட்டப்பெற்ற அந்த மாளிகை ஒரு நொடிப்பொழுதில் தீக்கிரையாகி ஆபத்தை விளை விக்கக்கூடிய மாளிகை என்பதைப் புரிந்து கொண்டார்கள். அவர் களுக்கு எவ்வித சந்தேகமும் எழாதபடி புரோசனன் எப்போதும் அந்த மாளிகை வாசலிலேயே வசித்து வந்தான்.

பஞ்ச பாண்டவர்களும் சந்தேகம் எழாதவர்கள் போலவே இருந்து வந்தாலும் மிகுந்த எச்சரிக்கையோடு இரவு நேரங்களிலும் தூங்காமல் கண் விழித்துக் கிடந்தனர். அதே சமயத்தில் விதுரன் அனுப்பிய ஒருவன் பஞ்ச பாண்டவர்களை ரகசியமாகச் சந்தித்தான்.

“நான் விதுர மகாராஜா அனுப்பிய ஏவலான் சுரங்கம் தோண்டு பவன் நான். உங்களைக் காப்பாற்றுவதற்கான ஏற்பாட்டினை நான் செய்து தரவே வந்துள்ளேன்” என்று ரகசியமாக கூறி விட்டுச் சென்று

விட்டான். அந்த சுரங்க வேலைக்காரன் புரோசனனுக்குத் தெரியாமல் அரக்கு மாளிகைக்குள்ளிருந்து அகழி கோட்டையைத் தாண்டி வெளியே தப்பித்துச் செல்வதற்கான சுரங்க வழியை வெளியிலிருந்தே தோண்டி முடித்து விட்டான்.

புரோசனனும் பஞ்ச பாண்டவர்கள் சந்தேகம் கொள்ளாதவாறு தக்க சமயத்திற்கு ஒரு வருட காலமாகக் காத்துக் கிடந்தான். பாண்டவர்களைக் கொல்வதற்கு இதுதான் தருணம் என்று புரோசனன் முடிவு செய்த அதே நாளில் தருமனுக்கும் ஓர் எச்சரிக்கை உணர்வு ஏற்பட்டது.

"தம்பிமார்களே! இந்த அரக்கு மாளிகையை எரித்து நம்மைக் கொல்வதற்கு முடிவு செய்த காலம் நெருங்கி விட்டது போல்தான் உணர்கிறேன். நாம் ஓடித் தப்புவதற்கும் இது தான் சமயம்" என்றான் தருமன்.

அரக்கு மாளிகைப் பணியாளர்கள் ஆறு பேர்களையும் உணவில் மயக்க மருந்து கலந்து சாப்பிடச் செய்து உறங்கச் செய்தார்கள் பஞ்ச பாண்டவர். நள்ளிரவில் அந்த அரக்கு மாளிகையின் பல பகுதிகளில் தீ வைத்து விட்டு சுரங்க வழியாகப் பஞ்ச பாண்டவர்களும் குந்தி தேவியும் தப்பித்தனர்.

அரக்கு மாளிகை தீக்கிரையானது. ஆறு பணியாளர்களின் கருகிய உடல்களைப் பார்த்து விட்டு பஞ்ச பாண்டவர்களும் குந்தியும் தான் இறந்து போனார்கள் என்று கௌரவர்கள் மகிழ்ச்சிக் கடலில் திளைத்தனர்.

பஞ்ச பாண்டவர்களும் குந்தி தேவியும் கங்கை கரையில் விதுரன் அனுப்பியிருந்த ஓடத்தில் ஏறி உயிர் தப்பினர். அரக்கு மாளிகை தூரத்தில் ஜெகஜோதியாக எரிந்து கொண்டிருந்தது.

காட்டையே எரிக்கும் நெருப்பு புத்தி சாதுர்யத்தினால் மண்ணுக்குள் குழி தோண்டி ஒளியும் எலியை ஒன்றும் செய்யாது என்பது எத்தகைய ராஜதந்திர செயல் என்பதை இப்போது தருமன் உணர்ந்து அதைச் சொன்ன விதுரரை நினைத்துக் கொண்டான்.

■

8. செஞ்சோற்றுக்கடன்

ஏகசக்ர நகரத்தில் பான்டவர்கள் துரியோதனாதியரிடமிருந்து தப்பிப் பிழைக்க பிராமண வேடம் பூண்டு ஒரு பிராமணன் வீட்டில் தங்கியிருந்தார்கள்.

பிரம்மச்சார்யர்களைப் போல தாய் குந்தியுடன் அந்த பிராமணர் வீட்டில் இருந்து கொண்டு பிச்சை எடுத்து உண்டு வாழ்ந்து வந்தார்கள் பாண்டவர்.

எடுத்துவரும் பிச்சையினை குந்தி இரு பாகமாக்கி ஒரு பாகத்தை பீமசேனனுக்கும், மறுபாகத்தில் மீதமுள்ளவர்களும் சாப்பிட்டனர்.

புஜபலாக்ரமசாலியான பீமன் உண்பதிலும் சளைத்தவன் இல்லை அல்லவா?

ஒருநாள் தாய் குந்தியுடன் பீமசேனன் மட்டும் இருந்தான். மற்றவர்கள் எல்லோரும் பிச்சைக்கு வெளியே சென்றிருந்தனர்.

அந்த ஏழை பிராமணர் வீட்டினுள் ஒரே அழுகை குரலும் ஏதோ பிடிவாதமாக மறுக்கும் குரல் ஒலியும் மாறி மாறி கேட்டதும் பீமசேனனும், குந்தியும் அது என்னவென்று கூர்ந்து கேட்டனர்.

உள்ளே ஏழை பிராமணரின் மனைவி கண்ணீர் வழிய அழுத குரலில் கெஞ்சிக் கொண்டிருந்தாள்.

"பிரியமுள்ளவனே! நாளுக்கு ஒரு வீட்டு விருந்தும் அந்த வீட்டி லிருந்து ஒரு மனிதனையும் தின்பதற்கு கொடுக்க மிரட்டி வரும் கொடிய அரக்கன் பகாசுரன் வசிக்கும் இந்த ஊரை விட்டு போய் விடுவோம் என்று எத்தனை முறை உன்னிடம் கூறினேன். பிறந்த ஊர், தாய் ஊர், தந்தை ஊர் என்று சொல்லி தடுத்து தடுத்து வந்தாய். உன்னுடைய தாயாதிகள் எல்லோரும் இறந்து போன பின்பும் ஊரை விட்டு போக உனக்கு மனம் இல்லாது போயிற்று, இப்பொழுது என்ன செய்யப் போகிறாய். இன்று பகாசுரனுக்கு நம் வீட்டு விருந்து முறை, நம் வீட்டு விருந்தும் நம்மில் ஒரு ஆளும் அந்த ஈவு இரக்க மற்ற பகாசுரனுக்கு இன்று இரை கொடுத்தாக வேண்டும்!

சுவாமி அதற்காகத்தான் கூறுகிறேன். இந்த சிறுமியை பாதுகாத்து வளர்த்து நல்ல படியாக திருமணம் செய்து கொடுக்க நீங்கள் உயிருடன் இருந்தாக வேண்டும். எல்லோர் சார்பாகவும் நான் அந்த அரக்கனுக்கு இரையாகப் போகிறேன். அதற்கு அனுமதி கொடுங்கள்!"

"போதும் இதையே கூறி என்னை கோபப்படுத்தாதே, ஆண் பிள்ளை நான் வீட்டில் ஒளிந்திருக்க மனைவியான உன்னை அரக்கனிடம் அனுப்பி வைப்பதா? இதைவிட ஒரு ஆண் மகனுக்கு இழிவு ஏது? உன்னைத் திருமணம் செய்யும்போது கடைசிவரையிலும் கண் போல் காப்பாற்றுவேன் என்று அக்கினியில் சத்தியம் செய்த பின் இப்படி தவறுவது முறையாகுமா? மேலும் இந்தச் சிறுமி நம்முடைய சொத்து அல்ல; இன்னொரு ஆண் மகனுக்காக நம்மிடம் வளர்ந்து வருபவள். அவனிடம் பத்திரமாக கொண்டு போய் சேர்க்கும் வரை காக்க வேண்டியது நம் பொறுப்பு. தாயைப் போல பெண்ணுக்கு பாதுகாப்பு எதுவும் இல்லை. நான் போவதுதான் முறை."

"ஐயோ புருசனில்லாத பெண் இந்த சமூகத்தில் எப்படி மதிக்கப் படுவாள் என்பது உங்களுக்கு தெரியாதா? நான் மாங்கல்யம் இழந்து அமங்கலியாக வாழ்வதைவிட சாவதே மேல்."

தாயும் தந்தையும் மாறி மாறி அழுவதைப் பார்த்து அவர்களது மகள் கூறினாள் : "அம்மா அப்பா நீங்கள் இருவரும் நீண்ட காலம் இணை

பிரியாத தம்பதியர்களாக வாழுங்கள். என் பொருட்டு நீங்கள் உயிரை விட வேண்டாம். உங்களில் ஒருவர் போய் விட்டாலும் எனக்கு பாதுகாப்பு இல்லை. மேலும் தம்பியும் அனாதை போல் ஆகி விடுவான். நான் அந்த பகாசுர அரக்கனுக்கு இரையாகிறேன்."

அவ்வளவுதான் தாயும் தந்தையும் அந்த சிறுமியைக் கட்டிக் கொண்டு அழ, அப்பொழுது அந்த சிறுமியின் தம்பி 'நான் பகாசுரனை அடித்து நொறுக்கி விடுவேன்' என்று கையை ஆட்டி கூறிய போது அந்த துயரிலும் அனைவரும் சிரித்தனர்.

இதுதான் தக்க சமயம் என்று குந்தி உள்ளே புகுந்தாள்.

''அய்யா நீங்கள் எல்லோரும் பேசிக் கொன்டிருந்ததை நான் கேட்டுக் கொண்டிருந்தேன். ஒருவரையொருவர் மிஞ்சிக் கொண்டு உயிரை விடும் முடிவுக்கு நீங்கள் யாவரும் வந்தது கண்டு மிகவும் வருந்துகிறேன். உங்கள் வீட்டில் விருந்தினராக இருக்கும் நாங்கள் உங்கல் துயர் கண்டும் பாராமுகமாக இருப்பது நல்லதன்று. நாங்கள் எங்களால் ஆன ஏதேனும் உதவி செய்யாது இருப்பது பாவமாகாதா? அம்மனி என் மைந்தரில் ஒருவன் இந்த வீட்டின் சார்பாக இன்றைக்கு பகாசுரனுக்கு உணவாக அனுப்பி வைக்கிறேன்."

"ஐயோ அம்மா அத்தகைய பாவச் செயலுக்கு எங்களை ஆளாக்கா தீர்கள். எங்கள் வீட்டுக்கு விருந்தினராக வந்த உங்களை எங்கள் பொருட்டு இழப்பது முடியவே முடியாதம்மா..."

"அம்மா நீ கவலைப்படாதே இதோ இருக்கும் பீமசேனன் அரக்கர் களை வென்றவன். இவனை அனுப்பி வைத்தால் அவன் பகாசுரனை அழித்து வருவான்'' என்று குந்தி கூறிக்கொண்டிருக்கும்போதே பிச்சைக்கு வெளியே சென்றிருந்த மற்ற சகோதரர்கரும் வந்து விட்டனர்.

இவ்வளவு நேரமும் இந்த வீட்டில் நிகழ்ந்த துயரமான உரையாடல்கள் அனைத்தையும் தாய் குந்திதேவியின் வாயிலாக தர்மர் அறிந்தார்.

பீமசேனன் உதவியால்தான் துரியோதனனை வெல்ல முடியும் என்று நினைத்துக் கொண்டிருக்கும்போது பகாசுரனிடம் பீமசேனனை

இழந்து விட்டால் என்ன செய்வது என்று குந்தியிடம் வாதிட்டான்.

"இடும்பனை வென்றவன் என் மகன் பீமன் என்பதை எல்லோரும் மறந்து விட்டீர்களா? இந்த ஏழை பிராமண வீட்டு செஞ்சோற்றுக் கடன் தீர்க்கும் பொறுப்பும் இந்த ஊரின் துயரையும் துடைக்கும் கடமையும் நமக்கு இருக்கிறது" என்று குந்திதேவி நம்பிக்கையுடன் கூறியதில் பீமசேனனுக்கு மகிழ்ச்சி தாளவில்லை.

பல்வகை மாமிச அன்னங்கள், குடம் குடமாக தயிர், பால் வகைகள் எல்லாவற்றையும் வண்டியில் ஏற்றிக் கொண்டு பகாசுரன் இருக்கும் குகை நோக்கி பீமசேனன் சென்றான்.

குகை வாசலில் பிணக்காடாக மனித எலும்புக் கூடுகள் குவியல் குவியலாக கிடந்தது. வானத்தில் கழுகுகள் வட்டமிட்டுக் கொண்டிருந்தன, பொறுக்க முடியாத துர்நாற்றம்.

பீமசேனனுடன் வந்த நகரத்து மக்கள் எல்லோரும் பயந்து ஓடி விட்டனர்.

பீமன் வண்டியிலிருந்த பதார்த்தங்களை எல்லாம் ஒவ்வொன்றாய் எடுத்து நிதானமாக சாப்பிட ஆரம்பித்தான்.

தனக்கு விருந்து படைக்க கொண்டு வந்த பதார்த்தங்கள் அனைத்தையும் அப்படி அவன் பிரியமுடன் சாப்பிட்டுக் கொண்டிருப்பது கண்டு மிகுந்த கோபம் கொண்டு பகாசுர அரக்கன் ஓடி வந்தான்.

மலையோடு மலை மோதுவது போல் பீமசேனனுடன் பகாசுரன் மோதினான்.

அந்த ராட்சதனுக்கும் பீமசேனனுக்கும் பல நாள் போர் நடந்தது.

பீமன் கடைசியாக அந்த பகாசுர அரக்கனை மதித்து கீழே தள்ளி நெஞ்சைப் பிளந்து உயிரைப் பறித்து வெற்றி ஆரவாரம் செய்தான்.

9. அம்பைக்கு நேர்ந்த அவமானம்

கா சி மன்னனின் மூன்று அழகு கன்னிகைகள் அம்பை, அம்பிகை, அம்பாலிகைக்கு சுயம்வரம் என்றால் கேட்க வேண்டுமா ஆடம்பரத்துக்கு?

உலகத்தில் உள்ள அத்தனை ராஜகுமாரர்களுக்கும் அழைப்பு போயிற்று.

ஹஸ்தினாபுரத்து இளவரசன் விசித்திரவிர்யனுக்கும் தகுந்த பெண்ணை மனம் பேசி முடிக்க தாய் சத்தியவதி மிகுந்த கவலை யோடு தேடிக் கொண்டிருந்த நேரம் இந்த சுயம்வர அழைப்பு வந்து சேர்ந்தது.

தம்பி விசித்திரவீர்யனுக்கு பெண் கேட்டு அண்ணன் பீஷ்மர் காசி மன்னன் அவைக்கு சென்றார்.

க்ஷத்திரியக் குலக்கொழுந்தும் பிரம்மாச்சாரியருமான பீஷ்மாச் சார்யார் சுயம்வரத்தை திருவிழா வேடிக்கையாக பார்த்துச் செல்லத் தான் வந்திருக்கிறார் என்றே எல்லா அரசர்களும் நினைத்து வரவேற்றனர்.

சுயம்வர ராஜகுமாரர்கள் பட்டியலுக்கு அவர்தன் பெயரையும் கொடுத்தபோது காசிமன்னன் உள்பட அனைத்து ராஜாக்களுமே அதிர்ச்சியுற்றனர்.

வாழ்நாளெல்லாம் பிரம்மச்சாரியாக வாழ்வேன் என்று வீரசபதம் செய்த புகழ்பெற்று பீஷ்மாச்சார்யார் என்று ஹஸ்தினாபுரம் முதல் அனைத்து ராஜாக்களும் மரியாதை செய்யும் வயது முதிர்ந்த பீஷ்மாச்சாரியாருக்கு இந்த கிழவயதில் இப்படி ஒரு ஆசையா? இவருக்குள் இப்படி ஒரு இரட்டை வேஷமா? என்று எல்லோரும் இவரை ஏளனமாக பார்த்தனர்.

சுயம்வரத்தில் யவ்வனத்தின் வாயிலில் பல இனிய கனவுகளோடு மாலையேந்தி நின்ற மூன்று கன்னியர்களும் முதலில் பீஷ்மரின் அருகில் நிற்க கூசியவர்களாய் விலகி ஓடினர்.

பீஷ்மர் மீதான ஏளனப்பார்வையும் அந்த சுயம்வரக் கூடாரமே ஒரு இறுக்கமான மௌனத்தில் இருப்பதை பார்த்து பீஷ்மாச்சாரியருக்கு கோபம் தலைக்கேறியது.

‘என்னை வெல்லும் தகுதி எவருக்கேனும் இருந்தால் என்னுடன் போரிட்டு இந்த பெண்ணை மணக்கலாம்’ என்று கூறி அங்கிருந்த மன்னர்களை போருக்கு அழைத்து சண்டையிட்டு தோற்கடித்தார்.

காசி மன்னன் செய்வதறியாது திகைத்து நின்றான். காசி மன்னனின் புத்திரிகளோ நடுநடுங்கிப் போய் தந்தைக்கு பின்னால் போய் நின்றனர்.

பீஷ்மருடன் கடைசி மன்னனாகப் போரிட்டவன் சால்வ மன்னன். அந்த மன்னன் ஏற்கனவே காசி மன்னன் மூத்த புத்தரி அம்பையை மனதால் மணந்து விட்டிருந்தான். அம்பையும் சால்வ மன்னனை மனதில் வசீகரித்து வைத்திருந்தாள்.

அதன் பொருட்டு உயிரையும் பொருட்படுத்தாது சால்வ மன்னன் பீஷ்மருடன் கடும் போர் புரிந்தான்.

கடைசியில் போரில் தோல்வியுற்று சால்வன் வீழ்ந்தபோது அம்பையே பீஷ்மரிடம் அவனுக்காக உயிர்ப்பிச்சை கேட்டு தப்பிக்கச் செய்தாள்.

போரின் இறுதியில் பீஷ்மர் காசி மன்னன் புத்திரிகள் மூவரையும் ரதத்தில் சுயம்வர வெற்றி பரிசாக ஏற்றுக் கொண்டு உறஸ்தினா புரம் சென்றார்.

அஸ்தினாபுரத்தில் விசித்திரவீர்யனுக்கு மூன்று காசி புத்திரிகளையும் விவாகத்திற்கு பீஷ்மர் கட்டாயப்படுத்தி மனையில் உட்காரச் செய்தான்.

அப்போது அம்மை மட்டும் எழுந்தாள்.

“கங்கை புத்திரரே பீஷ்மரே நீங்கள் க்ஷத்திரிய தர்மப்படி காசி மன்னன் சுயம்வர மண்டபத்தில் அனைத்து ராஜாக்களையும் சண்டையிட்டு வென்று எங்களை கூட்டிக் கொண்டு வந்து விட்டீர்கள். ஆனால் நான் ஏற்கனவே தங்களால் வெல்லப்பட்ட சால்வ மன்னனின் அன்பைப் பெற்றவள். அவரையே புருசனாக மனதில் வரித்துக் கொன்டவள். இப்போது விசித்திரவீர்யனை இப்போது எப்படி இரண்டாவது கணவனாக ஏற்றுக் கொள்ள முடியும். தர்ம நியாயங்கள் அறிந்தவர் நீங்கள். நீங்களே கூறுங்கள்.”

அம்பையின் கோரிக்கையில் இருந்த நியாயத்தை உணர்ந்த பீஷ்மர் அம்பையை சால்வ மன்னனுக்கு மணம் முடிக்கும் பொருட்டு சால்வ நாட்டுக்கு தக்க மரியாதைகளோடு அனுப்பி வைத்தார்.

தன் மனதுக்கேற்ற மணாளனாகிய சால்வனிடம் அம்பை சென்ற போது அவளுக்கு மேலும் ஒரு அதிர்ச்சி காத்திருந்தது.

“சால்வ மகாராஜனே உன்னை நான் மனதால் கணவனாக வரித்துக் கொண்ட செய்தியினைக் கேட்ட மாத்திரத்தில் பீஷ்மர் மிகுந்த பெருந்தன்மையில் உன்னிடம் என்னை அனுப்பி வைத்துள்ளார். என்னை ஏற்றுக் கொள்ளுங்கள்” என்று கூறினார் அம்பை.

அம்பை கூறமுடிக்குமுன் சால்வன் கோபத்துடன் குறுக்கிட்டான்.

“அம்பையே என்ன பேசுகிறாய் இங்கு வந்து, என்னை பலர் அறிய காசி மன்னன் அரண்மனையில் போரிட்டு தோற்கடித்து தூக்கிச் சென்ற பீஷ்மர் இன்று வேண்டாம் என்று வீசியதும் அதனைப் பெற்றுக் கொள்ள அவ்வளவு இழிந்த பிறவியா நான்? போரில்

கிடைக்காத வெற்றியை புழக்கடை வழியே பெறுவதைக் காட்டிலும் புழுவாகச் சாவதே மேல். உன்னை நான் ஏற்றுக் கொள்ள முடியாது. நீ அந்தக் கிழவன் பீஷ்மரிடமே போய் வாழ்க்கைப்படு."

குப்பையை வீசுவதுபோல சால்வன் தன்னை பீஷ்மரிடம் திருப்பி விடுவான் என்று எதிர்பார்க்கவே இல்லை அம்பை.

ஒரு பெண்ணுக்கு இப்படி ஒரு அவமானம் உண்டா!

மனங்கருகிப்போன நிலையில் நிலை குலைந்து தனக்கு இனி பீஷ்மரைத் தவிர வேறு புகலிடம் இல்லை என்பதை உணர்ந்து அஸ்தினாபுரம் போய்ச் சேர்ந்தாள் அம்பை. நடந்தவற்றை எல்லாம் கண்ணீர் சொரிய அவள் கூறவும் பீஷ்மர் நிஜமாகவே கலங்கிப் போனார்.

தம்பி விசித்திர வீரியனிடம் "தம்பி விசித்திரவீர்யா உனக்காகவே காசி புத்திரிகன் மூவரையும் சுயம்வரத்தில் போரிட்டு வென்று கொன்டு வந்தேன். இந்தப் பெண் சால்வனை நினைத்து விட்டேன் என்று கலங்கியதால் சால்வனிடம் அனுப்பி வைத்தேன். உனக்காகத் தூக்கிக் கொண்டு வந்த பெண்ணை தான் மணக்க இஷ்டமில்லை என்று திரும்ப அனுப்பி விட்டான். எனவே நீ தான் இவளை மூன்றாவது மனைவியாக மணக்க வேண்டும் என்று பீஷ்மர் கேட்டார்.

"அண்ணா பீஷ்மாச்சாரியரே க்ஷத்திரிய குலவிளக்கே. சகலமும் அறிந்தவர் நீங்கள். சால்வனை புருசனாக நினைத்த பெண்ணை நான் மனைவியாக்கிக் கொள்ளுதல் நியாயமா? இவள் அவனுக்கு மனதால் மனைவியான பின்பு நான் இவளை மீண்டும் மணக்க மாட்டேன்."

பீஷ்மாச்சாரியரால் இதற்கும் மறுப்பு சொல்ல முடியவில்லை. இருதலைக் கொள்ளி எறும்புபோல தவித்தார் பீஷ்மர்.

அம்பையிற்பாடுதான் திண்டாட்டமாகி விட்டது. தான் விரும்பிய சால்வனும் தன்னை மணக்க மாட்டேன் என்று கூறி விட்டான். சுயம்வரத்தில் சிறை எடுத்த விசித்திரவிஷ்யனும் திருமணம் செய்து கொள்ள மாட்டேன் என்று கூறி விட்டானே!

பீஷ்மர் திரும்பவும் சால்வனுக்கு இவளை மணம் செய்து கொடுக்க முயற்சித்தும் தோல்விதான். பாவம் சுவர்ப்பந்தைப்போல திரும்பத் திரும்ப அம்பை வீசி எறியப்பட்டாள்.

"காசி மன்னன் மகளாக செல்லமாக வளர்ந்த என்னை சால்வமும் திருமணம் செய்து கொள்ள மாட்டேன் என்று கூறி விட்டான். விசித்திர வீஷ்யனும் மாட்டேன் என்று சொல்லி விட்டான். என்னைத் திருமணம் செய்து கொள் என்று இனி ஒவ்வொரு மன்னன் அரண்மனைக்கும் போய் அவமானப்பட நான் தயாராயில்லை. இத்தனை கொடுமைகளுக்கும் அடிப்படையான காரணம் நீங்கள் தான் என்னை இனி எந்த ஆடவனும் கல்யாணம் செய்து கொள்ள மாட்டான். எனவே இதற்கு காரணமான நீங்கள்தான் என்னை கல்யாணம் செய்து கொள்ள வேண்டும்."

பீஷ்மாச்சார்யார் அதனைக் கேட்டு அதிர்ந்து போனார்.

"அம்பையாரிடம் என்ன பேசுகிறாய் என்பதை அறிந்துதான் பேசுகிறாயா நீ, நான் காலம் முழுமையும் பிரம்மாச்சார்ய விரதம் பூண்டவன் என்பது தெரியாதா உனக்கு? உமக்காக நான் என் சத்தியம் மீற முடியுமா? முடியாது."

அதன்பின் திரும்பத்திரும்ப அம்பை பீஷ்மர் தன்னை மணந்து கொள்ள கூறியபோதும் மூர்க்கமாக பீஷ்மர் மறுத்து விட்டார்.

அவ்வளவு தான் அம்பைக்கு உடம்பெல்லாம் நெருப்பு பற்றியது போல கோபம் தீயாக பறந்தது. எல்லாவற்றுக்கும் காரணமான இந்த கிழவனும் தன்னை ஏற்க மறுத்து விட்டானே!

"பீஷ்மாச்சார்யரே இத்தனை கொடுமைக்கும் காரணமான உம்மை பழிவாங்காமல் நான் உயிர்விட மாட்டேன் இது சத்தியம்" என்று அரண்மனையை விட்டு வெளியேறி ஒவ்வொரு அரசனிடமும் போய் பீஷ்மரைக் கொல்லும்படி வேண்டினார்.

எல்லோரும் பீஷ்மருக்கு அஞ்சி மறுத்து விட்டனர்.

அவமானமுற்ற அம்பை கானகத்திற்குச் சென்று முருகனை வழிபட்டு தவமிருந்தாள்.

முருகன் பிரதட்சன்யமாகி காசி மன்னம் புத்தரி அம்பைக்கு வாடாத தாமரைப் பூமாலையினை கொடுத்தார். இந்த மாலையை சூட்டியவர் பீஷ்மருக்கு எமனாவர் என்று வரம் தந்து மறைந்தான்.

அம்பை அந்த தாமரைப் பூமாலையை ஏந்திக் கொண்டு ஒவ்வொரு ராஜனிடம் போய் வேண்டி கடைசியாக துருத ராஜனை போய் வேடினார். அவனும் மறுத்து விடவே அம்பை அந்த மாலையை அவனது அரண்மனை வாயிலில் தொங்க விட்டுவிட்டு கானகம் வந்தாள்.

கானகத்தில் பரசுராமரிடம் நடந்ததனைத்தையும் கூறி கண்ணீர் வீட்டாள்.

அம்பையின் சபதம் நிறைவேற்ற பீஷ்மருடன் பரசுராமர் போர் புரிந்து கடைசியில் தோல்வியைத் தழுவினார்.

"அம்மையே உனக்காக என்னால் முடிந்ததைச் செய்தேன். பீஷ்மரை யாராலும் வெல்ல முடியாது. வேன்டுமானால் நீ பரமேஸ்வரனை வேண்டி தவம் செய் பலன் கிடைக்கும்" என்றார் பரசுராமர்.

கானகத்தில் அம்பை பரமசிவனை வேண்டி கடுந்தவம் செய்தாள். பரமசிவன் அம்பையின் மூர்க்கமான தவம் கண்டு மகிழ்ந்து பிரசன்னமானார்.

"பெண்ணே நீ மறுபிறவி எடுப்பாய்; உன்னால் பீஷ்மர் அழிந்து போவார்" என்று பரமசிவன் வரம் தந்து மறைந்ததும் அம்பை ஆனந்தக் கூத்தாடினாள்.

'பீஷ்மரே உமக்கு நானே எமன்' என்று மன அகங்காரத்தோடு துருபதன் அரண்மனைக்கு வந்தாள். வாசலில் கிடந்த முருக மாலையை எடுத்து தன் கழுத்தில் தானே அணிந்து கொண்டாள்.

அவள் அப்படி அணிந்ததுதான் தாமதம் துருபத மகாராஜன் பதறிப் போனான்.

'ஐயோ பீஷ்மாச்சாரியாரின் பகைமைக்கு ஆளாகிப் போனோமே' என்று அம்பையை உடனடியாக அரண்மனையை விட்டு வெளியேற ஆணையிட்டான்.

துருபதன் அரண்மனையை விட்டு வெளியே வந்த அம்பை கானகத்தில் கடுந்தவம் புரிந்து சிகண்டி என்ற ஆண் தன்மைக்கு மாறி வீரனாக உருக்கொன்டாள்.

அர்ச்சுனன் சிகண்டியை போர்க்களத்தில் தேர்ச்சாதியாக்கி கொன்டான்.

குருகேஷத்திர களத்தில் சிகண்டியை முன்வைத்து நிறுத்தி பீஷ்மரோடு அர்ச்சுனன் போர் புரிந்தான்.

சிகண்டி முற்பிறவியில் அம்பை என்ற பெண் என்று அறிந்த பீஷ்மர் ஒரு பெண்ணுடன் நான் போர் புரிய மாட்டேன் என்று அம்பு பிரயோசிக்க மறுத்த நேரத்தில் அர்ச்சுனன் சிகண்டியின் இந்த மாபெரும் உதவியால் பீஷ்மரை போர்க்களத்தில் அம்புப் படுக்கையில் சாய்த்தான்.

அம்பையின் வீரசபதம் நிறைவேறிய பூரிப்பு குருக்ஷேத்திர களத்தில் சிகண்டியின் முகத்தில் சிவப்பு சூரியனாக அப்போது பிரகாசித்தது.

■

10. அமிர்தத்தை இழந்த அகங்கார உதங்கர்

இறைவன் இறைவனாக வந்து நின்றால் மட்டுமே பாமரனுக்கு அடையாளம் தெரியும், வந்திருப்பவன் இறைவன் என்பது பின் யாருக்கு தெரியும்?

முக்காலமும் உணர்ந்த மெஞ்ஞானிகள் தபஸ்விகன் மட்டுமே எந்த உருவத்தில் இறைவன் வந்து நின்றாலும் வந்திருப்பவன் இறைவன் என்பதை சண நேர மௌனத்தில் அறிந்து கொள்ளும் சக்தி படைத்தவர்கள்.

முற்றும் துறந்த முனிவர் பலர் முன் கோபத்தினாலும் சாபம் தரும் அவசரத்தினாலும் தவத்தின் பயனை இழந்து விடுகிறார்கள். வந்திருப்பவர் யார் என்பதை தவத்தின் வலிமையினால் அறியும் அறிவைக் கூட இழந்து விடுகிறார்கள்.

பாமரனுக்கும், பண்டிதனுக்கும் பகவான் கண்ணன் வேண்டிய நேரம் வரப்போதெல்லாம் பாரதத்தில் விஸ்வரூபம் காட்டி இருக்கிறான்.

இந்த விஸ்வரூபமாதவன் மீதே தன் தவத்தின் பயன் விளைந்த

பலனை சாபமாக வீசுவதற்கு உதங்கர் எனும் பிராமண சிரேஷ்டிரார் முனைந்தார் என்பது வேடிக்கையாக இல்லை.

கௌரவ சேனையும் பாண்டவ சேனையும் யுத்தத்தில் மொத்த மாய் அழிந்து போய் இறுதியில் எஞ்சிய தர்மருக்கு மகுடாபி ஷேகம் செய்து விட்டு களைப்போடு கிருஷ்ணர் துவாரகைக்கு வந்து கொண்டிருந்தார்.

அப்பொழுதுதான் இந்த உதங்கர் எனும் பிராமண சிரேஷ்டிரரை கிருஷ்ணர் சந்திக்கிறார்.

அஸ்தினாபுரத்தில் யாவரும் நலமா? கௌரவர்களும் பஞ்ச பாண்டவர்களும் கருத்தொருமித்த அன்புமிக்க வாழ்க்கை நடத்தி வருகின்றனரா? திருதராட்டிரர் நலமா? பீஷ்மர் நலமா? குந்தி திரௌபதை எல்லோரும் சந்தோஷமாக இருக்கிறார்களா..?

கிருஷ்ணரைப் பார்த்து உதங்க முனிவர் க்ஷேலாப கேள்விகளை அடுக்கிக் கொண்டே போனார்.

இறந்துபோய் புல் பூண்டு முளைத்தவர்களைப் பற்றி நலமா நலமா என்று வாஞ்சையோடு கேட்க கேட்க கிருஷ்ணருக்கு தொண்டைக் குழியில் விழுக் விழுக் என்றது.

இப்படியும் ஒரு பாமர பண்டிதனா துறவு வாழ்க்கைக்கு வந்து விட்டால் அதற்காக இப்படி சூரியன் கிழக்கே உதிக்கிறானா மேற்கே உதிக்கிறானா என்பதைக் கூடவா அறிந்து கொள்ளக் கூடாது? பூவுலகமே நிர்மூலமாக்கி எப்பேர்பட்ட குருக்ஷேத்திர யுத்தம்!

யுத்தம் நடந்து முடிந்து புல் பூண்டு பூச்சி அத்தனையும் புழுதிக் காடாக போன செய்தி எப்படி இவர் அறியாத துறவியாக இருக்கிறார்.

இவருக்கு என்ன பதில் சொல்வது? எங்கிருந்து கதையைத் துவக்குவது கிருஷ்ணரை யோசிக்க விடவில்லை உதங்கர். "என்ன கிருஷ்ணா உன் மருமகன்கள் எல்லோரும் நலமா என்றுதாமே கேட்டேன். அவர்கள் எல்லோரையும் பறி கொடுத்து பேய் அறைந்தவன் போல நிற்கிறாயே?.."

'உதங்கரே நீரே பதிலையும் சொல்லி விட்டீர்கள். நான் இனி என்ன சொல்லட்டும் குருக்ஷேத்திரத்தில் கௌரவர்களுக்கும், பான்டவர்களுக்கும் அகோர யுத்தம் நடந்து முடிந்து விட்டது. யுத்தத்தில் எல்லோரும் மாண்டு விட்டார்கள். பாண்டவர்கள் மட்டுமே எஞ்சினர்.

"என்ன கூறுகிறாய் கிருஷ்ணா கௌரவர் எல்லோரும் இறந்து விட்டார்கள். உண்மையாகவா? பீஷ்மரும், துரோணரும், கிருபாச்சாரியாரும் நிறைந்த துரியோதன சபையில் சர்வ வல்லமை படைத்த கௌரவர்கள் அனைவரும் யுத்ததில் இறந்து விட்டார்களா? இருக்கவே இருக்காது. அவர்களை எமன் எப்படி நெருங்குவான் சொல் கிருஷ்ணா சொல்."

உதங்கருக்கு படபடப்பும் கோபமும் உச்சந்தலைக்கு ஏறியது. "விதியாரிடம் தோற்கும் உதங்கரே பிறந்தவர் எல்லோரும் ஒருநாள் இறக்க வேண்டியவர்தாமே?"

"அப்படியானால் பாண்டவர் மட்டும் உயிருடன் இல்லையா? நீதான் ஏதோ சூது செய்து கௌரவர்களை கொன்று விட்டு வந்திருக்கிறாய். புத்தியும் போதனையும் சொல்ல வேண்டிய நீ விதியின் வழி சரியாக நடந்திருந்தால் இது நிகழ்ந்திருக்காது. இந்த யுத்தம் நீ நினைத்தால் தடுத்திருந்திருக்கலாம். நீதான் யுத்தத்தில் விளைந்த அகோரச் சாம்பல் புழுதிக்கு காரணம். எல்லோரையும் அழித்த சந்தோஷத்தில் துவாரகைக்கு நீ தூங்குவதற்கு வந்திருக்கிறாயா? வாசுதேவா என் தவத்தின் முழுக் சக்தியையும் பிரயோகித்து உன்னை அழிக்க சாபம் இடப் போகிறேன். உன்னை எந்தவிதி காப்பாற்றும் என்று பார்க்கிறேன்."

உதங்கர் கோபாக்னியில் யாரிடம் என்ன பேசுகிறோம் என்றறியாத பாமரனாய் அலறினார்.

"சகலமும் அறிந்த தபஸ்வியே கோபம் தவிருங்கள். கோபத்திற்கு புத்தி அடிமை உங்கள் ஆயுள் தவத்தின் அற்புதப் பயன்களை அரை நொடியில் முன் கோபத்திற்கு விரயமாக்காதீர்கள். நடந்ததை முழுமையாக கேட்டறிந்து நீங்கள் உங்கள் சாபத்தை வேண்டு மானால் என் மீது பிரயோகப்படுத்துங்கள்."

மாயக்கண்ணன் தெய்வீகப் புன்னகையால் ஒரு கணம் உதங்கரை நிறுத்தி, 'உதங்கரே நீர் அறிந்து கொள்ள வேண்டிய என் அவதாரம் முதலில் அறிந்து கொள்ளுங்கள். அதுவே அனைத்துக்கும் ஆதாரம்' என்று உதங்க முனிவருக்கு ஞானக்கண் திறந்தார்.

உதங்கருக்கு முன்னே விஸ்வரூப தரிசனத்தில் இப்பொழுது கண்ணன் சுடரொளியாய் வானம் அளக்க நின்றாள்.

"உதங்கரே உலகை ரட்க்ஷிப்பதற்கும் உலக தர்மம் நிலை நிறுத்தவும் நான் எடுக்கும் அத்தனை அவதாரத்திலும் அதனதன் இயல்பான நிலையை நான் அனுசரித்து வாழ்கிறேன். தேவனாக பிறக்கும்போது தேவனாகவும் அரக்கனாக பிறக்கும்போது அரக்கனாகவும், மனிதனாகப் பிறக்கும்போது மனிதனாகவும் நான் மாற வேண்டும் அல்லவா? அதுதானே என் அவதார தர்மம்."

கௌரவர்களின் பேராசைகளை எல்லாம் பொசுக்கி அவர்களை நல்வழிப்படுத்துவதற்கு நான் எடுக்காத முயற்சியோ? கெஞ்சாத கெஞ்சல்களா? சொல்லாத மதியூகங்களா? அத்தனையும் விழலுக்கு இறைத்தது போலாயிற்று உதங்கரே அதுதான் உண்மை. என் விஸ்வரூபம் காட்டியும்கூட விதி அவர்களை விடவில்லை. வீணாயிற்று அதர்மப் பிரியர்களாகவே தங்கள் ஆயுள் முழுவதும் இருந்து செயல்பட்டு அநீதிக்கு துணை போய் அழிந்தார்கள்.

இதில் நீங்கள் அருகில் இருந்தாலும் நான் அருகில் இருந்தாலும் வேறு மாற்றம் நிகழ்ந்திருக்காது. உதங்கரே எனக்கு மட்டும் என்ன அழிவின் மீது அத்துணை அக்கறையா? தர்ம நெறிக்கிணங்க இந்த பூவுலகில் அன்பும் சகோதரத்துவமும் ஆறாய் பெருகி நிலைக்க வேண்டும். நீங்கள் கோபப்பட்டது ஒருவகை நியாயமே. உங்களை நினைத்து நான் பெருமைப்படுகிறேன். உதங்கரே உங்களுக்கு ஏதேனும் ஒரு வரம் நல்க விரும்புகிறேன். கூறுங்கள் என்றான் கண்ணன்.

கருணைப் பொய்கையான கண்ணனின் அருளுரை கேட்டு சமாதான மடைந்து, "கண்ணா இந்த மானுட தபஸ்வியின் அறியாமை கண்டு உன் விஸ்வரூப தரிசனம் தந்தாயே அதைவிட உலகில் வேறு என்ன

இனி எனக்கு கிட்டப் போகிறது. எனக்கு வேறு வரங்கள் எதுவும் வேண்டாம்” என்று கண்ணீர் வழிய உதங்கர் கூறினார்.

கண்ணன் விடுவதாயில்லை “இல்லை உதங்கரே வரம் கேட்டு வாழ்நாளெல்லாம் தவநெறி மேற்கொள்ளும் தபஸ்வியிடம் வரம் தருகிறேன் பெற்றுக் கொள்ளுங்கள் என்று பகவானாய் நான் கேட்டு நீங்கள் வேண்டாம் என்றால் அது எனக்கு இழுக்கு ஆகாதா?”

உதங்கர் இந்த அஸ்திரத்தில் சுட்டுண்டார்.

“கண்ணா பெரிய வார்த்தைகள் வேண்டாம். உன்னை அழுக்குப் படுத்த நான் அற்பன் இல்லை. ஆசையற்றவன் கல்லிலும், முள்ளிலும், பாலையிலும் காலமெல்லாம் அலைந்து திரிபவனுக்கு என்ன தேவை எழப் போகிறது? சரி நீ கேட்டதற்காக ஒன்று வேண்டுமானால் தா. தாகம் வரும்போது உன்னை நினைத்தால் தண்ணீர் கொடு போதும்.”

‘உதங்க முனிவரே தண்ணீர் மட்டுமே போதுமா? சரி தருகிறேன். இதை வரமாக தருகிறேன்’ என்று கிருஷ்ணர் துவாரகைக்கு சென்றார். அதன் பின் உதங்க முனிவர் ஒருநாள் பாலைவனத்தில் நெடுந்தூரப் பயணத்தில் களைப்புற்று தாகத்தால் மயங்கினார்.

திடீரென கண்ணன் தந்த வரம் நினைவுக்கு வர கண்ணனை நினைத்தார்.

அப்போது அழுக்கு படிந்த கந்தல் துணியுடன் சர்வ அவலட்சணம் பொருந்திய புலையன் ஒருவன் அங்கு வந்து கொண்டிருந்தான். கூடவே ஐந்து வேட்டை நாய்கள், கையில் வில்லும், தோளில் ஒரு தோள் பையில் குடிதண்ணீரும் அவன் வைத்திருந்தான்.

மணலில் மயங்கித் கிடந்த உதங்க முனிவரைப் பார்த்தான் அவன்.

“முனிவரே பார்த்தால் இந்த பாலைவனத்தின் வெம்மை தாங்க மாட்டாது தண்ணீர் தாகத்தில் தள்ளாடி மயங்கியவர் போல தெரி கிறது. பார்க்கவே பரிதாபமாக இருக்கிறார்கள். இதோ இந்த தோள் பையில் தண்ணீர் இருக்கிறது. கொஞ்சம் குடித்து தாகம் அடக்குங்கள்” என்றான்.

கண் சொருகக் கடந்த உதங்கர் அந்தப் புலையனை ஏறிட்டுப் பார்த்தார். நாற்றமுற்ற தோற்றம், அருவறுப்பான தோள் பை. அதில் குடிநீர் இதையா நான் பருகுவது? அதற்கு பதிலாக நாம் செத்து பரலோகம் போவதே மேல் என்று வேண்டாம் என மறுத்து விட்டார்.

"ஐயா இந்த இடத்தில் இந்த தண்ணீர் கிடைத்ததே பெரிய விசயம். இதைப் பருகி உயிர் காத்துக் கொள்ளாமல் இவ்வளவு அருவறுப்பு காட்டும் முகமாய் வேண்டாம் என்கிறீர்களே."

'ஆம் வேண்டாம் நீயே வைத்துக் கொள்.'

"ஏ கண்ணா என்னை வற்புறுத்தி வரம் தந்தாயே இதுவா வரம்? நான் உன்னிடம் மாடமாளிகை கூட கோபுரம் வேண்டுமென்றா கேட்டேன். தாகம் வந்தால் பருக தண்ணீர் தா என்றுதானே கேட்டேன். இப்படி புலையன் நாற்றமெடுக்கும் தோள் பையில் தண்ணீர் தருவது பெரிய வரமா? இதற்கு நீ இதனை கொடுக்காமலே இருந்திருக்கலாம்."

உதங்கர் மன வருத்தத்தில் கண்ணனை சபித்தார்.

புலையனும் விடுவதாக இல்லை. மேலும் மேலும் வற்புறுத்தினான்.

முனிவர்தான் எப்போதும் கோபத்தின் பஞ்சணையில் படுத்திருப்பவராயிற்றே! தன்னுடைய இரக்கத்தை கேவலம் இந்த புலையனா விலை பேசுவது?

'நான் யார் தெரியுமா? உதங்கர்! இனி ஒரு சணம் என் முன் நின்றால் உன்னை சபித்து விடுவேன்' என்றார் கண் சிவக்க.

'சரி உன் தலையெழுத்து' என்று புலையன் திடும்மென மறைந்தான்.

அவன் அப்படி திடும்மென மறைந்த அதிர்ச்சி உதங்கரை யோசிக்கச் செய்தது.

இவன் யதார்த்தமாய் இந்த பாலைக்கு வந்தவன் போல் தெரியவில்லையே. கண்ணை நிலைத்ததும் கண்ணில் தென்பட்டவன் போல் தானே தெரிந்தான்.

இவன் புலையன்தானா? என்னுடைய ஞானக்கண் ஏன் அகங்காரத்தில் இருண்டு போகிறது. ஏ கண்ணா?.. நிஜம் என்ன நேரில் நீ வந்து சொல்லக் கூடாதா? என்று மனதில் குழம்பினார்.

அப்பொழுது கிருஷ்ண பரமாத்மா சங்கும் சக்கரமும் ஏந்தி விஸ்வரூபமாக காட்சியளித்தார்.

"பிரபுவே.. மாதவ மூர்த்தியே தாகத்தால் வருந்திய என்னை ஏன் இத்தனை குழப்பத்தில் தத்தளிக்கச் செய்கிறாய்? நீ வரம் தந்த மாத்திரத்தில் இந்த பாலைவன மணலின் நம்பிக்கையுடன் அலைந் தேனே. குடிக்கும் நீருக்கு நீ தந்த வரம்கூட செயலற்று போய் விட்டதா? ஒரு பிராமண ஸ்தோத்திரியனுக்கு நீ தாகத்துக்கு தண்ணீர் அளிக்கும் லட்சணம் இதுதானா? அருவறுப்பான புலையன் அழுக்குத் துணி மூடிய தோள் பையில் அசுத்தமான தண்ணீர்.. நீ வேண்டுமென்றே தர்மத்தைக் கொன்று விட்டாய் கண்ணா."

உதங்கருக்கு அழுகைப் பொங்கிப் பொங்க வந்தது.

"உதங்க முனிவரே நீர் கேட்டது தாகத்திற்கு தண்ணீர். நான் சாகாமருந்தாகிய அமிர்தத்தை எடுத்துக் கொண்டுபோய் உம்மிடம் கொடுக்கும்படி இந்திரனுக்கு கட்டளையிட்டேன். இந்திரன் நான் புலையன் ரூபத்தில் அமிர்தத்தை ஜலரூபத்தில் கொண்டு போய் கொடுத்து விடுகிறேன் என்றான். நானும் சரி என்றேன். நீங்கள் முக்காலமும் உணர்ந்த ஞானியாகையால் வந்திருப்பவன் இந்திரன் என்று அறிந்து அமிர்தத்தை ஏற்றுக் கொள்வீர்கள் என்று நினைத் தேன். ஆனால் என்ன செய்வது உங்களுடைய அகங்காரம் உம்மிடம் வந்த அமிர்தத்தின் மீது அதிகாரம் செலுத்தி விட்டது. அவ்வளவு தான் உதங்கரே நடந்தது.

கண்ணின் அர்த்தம் நிறைந்த குரல் உதங்க முனிவரை இப்பொழுது குற்ற உணர்வுக்கு தள்ளியது.

■

11. ஜராசந்தன் வதம்

மகத நாட்டை பிருகதத்தன் எனும் அரசர் பேரும் புகழும்மிக்க ஆண்டு வந்தான்.

பிருகதத்தன் அரசனின் பேராற்றலில் மயங்கி காசி மன்னன், தன்னுடைய இரண்டு பெண்களையும் அவருக்கு மணம் முடித்தான்.

விமர்சையாக கல்யாணம் நடந்த தென்னவோ உண்மைதான். ஆனாலும் இரண்டு பெண்களை மணந்தும் ஒரு குழந்தைக்குகூட தந்தையாகும் வாய்ப்பு பிருகதத்தனுக்கு கிடைக்காதது சாதாரணக் குடி மகன்கூட மறைவாக கேலி செய்யும் நிலை ஏற்பட்டது.

இதனால் மனம் விரத்தியடைந்து கானகம் சென்றபோது கானகத்தில் கௌதம வம்சத்தை சேர்ந்த சண்ட கௌசிகர் முனிவர் மன்னரின் துயருற்ற மனம் கண்டு வருந்தினார்.

“மன்னா இதோ இந்த மாங்கனியினை உன் மனைவியர் இருவரில் எவரேனும் ஒருவருக்கு முழுமையாகக் கொடு. அவள் அழகிய ஓர் ஆண் மகவைப் பெறுவாள்’’ என்று மகரிஷி மாங்கனியைக் கொடுத்தார்.

மன்னன் பிருகதத்தமனோ தன் மனைவியர் இருவர் மீதும் பாரபட்சமற்ற அன்பு வைத்திருந்தான். எனவே முனிவர் கொடுத்த மாங்கனியை இருவருக்கும் சமபங்காக நறுக்கிக் கொடுத்தான்.

முனிவரின் வரத்தின்படி இரு மனைவியரும் கர்ப்பம் தரித்தனர்.

அதனால் இருவரும் பிரசவ வேதனையால் துடித்து பிரசவித்தபோது அந்த அதிசய அசிங்கம் நிகழ்ந்தது.

ஒரு கை, ஒரு கால், ஒரு கண், ஒரு காது என்று சரிபாதி தேகத்துடன் பாதி குழந்தை ஒரு மனைவிக்கும் இன்னொரு பாதி குழந்தை இன்னொரு மனைவிக்கும் பிறந்தது.

இப்படி அவலட்சணமாக அங்கஹீனமாக பிறந்த பிண்டங்களைப் பார்த்து அரண்மனையே ஒப்பாரி வைத்தது. இந்த பிண்டங்களை எவ்வளவு நேரம் தான் பார்த்துக் கொண்டே இருக்க முடியும்!

தாதிகளிடம் கொடுத்து சாக்குத் துணியில் அள்ளிக் கொண்டு போய் குப்பைத் தொட்டியில் எறியச் சொல்லி விட்டான்.

தாதிகளும் அவ்வாறே செய்தனர். அப்போது மாமிசம் தின்னும் அரக்கி அந்த வழியே வந்து இந்தப் பிண்டங்களைப் பார்த்து மிகவும் மகிழ்ந்து போய் இரண்டையும் இரண்டு கைகளில் குப்பைத் தொட்டிலிருந்து எடுத்தது. இரண்டு பிண்டத்தையும் உண்ணப் போகும் சந்தோஷத்தில் ஒன்றோடொன்று ஒட்டி வைத்த போது அந்த மாமிசப் பிண்டங்கள் இரண்டும் ஒன்றோடொன்று ஒட்டி முழுமையான குழந்தையாக உருவம் சேர்ந்து உயிர் பெற்றது. அரக்கி அடைந்த ஆனந்தத்துக்கு அளவே இல்லை. அந்தக் குழந்தையை தின்ன மனம் வரவில்லை. நேராக அரண்மனைக்கு சென்று அந்த சிசுவை அரசியிடம் கொடுத்தது.

அரசனும் அவையில் உள்ளோரும் அடைந்த மகிழ்ச்சிக்கு அளவே இல்லை.

குழந்தைக்கு ஜராசந்தன் என்று பெயரிட்டனர்.

மிகுந்த உடல் வலிமையும் ஆற்றல் மிக்கதுமாய் ஜராசந்தன் வளர்ந்தான்.

ஜராசந்தன் உடல் விநோத தன்மைகளை மாறிமாறி அடையும் நிலையில் அமைந்திருந்தது.

இத்தனை ஆற்றல் பெற்ற ஜராசந்தன், கம்சன் இடும்பனைப் போன்ற அரக்கர்களோடு சேர்ந்து மக்களுக்கு சொல்ல முடியாத துயர் தந்து கொன்டிருந்தான். இதில் கம்சன் இடும்பன் எல்லோரும் அழிந்து போக எஞ்சிய ஜராசந்தினை எப்படியாவது கொன்று விட வேண்டும் என்பது கண்ணனுடைய திட்டம்.

இதே நேரத்தில் இந்திரப் பிரஸ்தத்தில் பஞ்ச பாண்டவர் ஆட்சி பரிபாலனம் செய்து வந்தனர்.

ராஜ சூரிய யாகம் நடத்தி ராஜாக்களுக்கு ராஜா என்ற பட்டத்தினை பெறுவதற்காக யுதிஸ்டிரன் கண்ணனிடம் யோசனை கேட்ட போது தான் ஜராசந்தன் குறித்து கண்ணன் கூறினான்.

“தர்மா மகத நாட்டு மன்னன் ஜராசந்தன் மிகுந்த தோள் வலிமை மிக்கவன். அவன் அனைத்து மன்னர்களையும் கொன்று குவித்து நாடுகளை தன் வசப்படுத்தி வருகிறான்.

சிசுபாலன் போன்ற பெரிய அரசர்களைகூட இவனை அனுசரித்தே வாழ்கின்றனர். அவன் ஏராளமான அரசர்களை சிறைப்படுத்தி வைத்திருக்கிறான். தோல்வி என்பதைக் கண்டறியாத பலசாலி, அவனை வென்றால்தான் நீ ராஜ சூரிய யாகம் நடத்த முடியும்.”

அருகில் இருந்த அர்ச்சுனன், பீமசேனன் இவருவரும் “அண்ணா நாங்கள் இருக்கிறோம். ஜராசந்தன் வதம் செய்ய நீங்கள் கவலைப் பட வேண்டாம்” என்று யுதிஷ்டிரனுக்கு தைரியம் கூறிய போது கண்ணன் அகமகிழ்ந்து போனான்.

“க்ஷத்திரியனாக அருச்சுனனிடம் நான் இதைத்தான் எதிர்ப்பார்த்தேன். யுதிஷ்டிரா ஜராசந்தன் கொல்வது என்பது அவ்வளவு எளிதான செயல் அல்ல. மிகுந்த சாதுர்யம் வேண்டும். அவனை தனியாக அழைத்து சண்டையிட்டுத்தான் ஜெயிக்க வேண்டும். ஒரு ஷத்திரியனை சண்டைக்கு அழைத்தால் அவன் சண்டைக்கு வர வேண்டும் என்பது மரபு.”

"கிருஷ்ணா நீங்கள் எப்படிக் கூறிகிறீர்களோ அப்படியே செய்வோம்" என்று பஞ்சபாண்டவர் கூறினார்.

கண்ணன் யோசனைப்படி பஞ்ச பாண்டவர் அனைவரும் மரவுரி உடுப்பை அணிந்து விரதம் பூண்ட பிராமணர்கள் போல வேட மிட்டு கண்ணனும் மகத நாட்டுக்கு சென்றனர்.

அரண்மனையிலிருந்த ஜராசந்தன் யாரோ உயரிய குலத்து வேத விற்பன்ன பிராமணர்கள் என்று அவர்களை நினைத்து உபசாரம் செய்து வரவேற்றான்.

நீங்கள் எல்லோரும் யார் என்று ஜராசந்தன் கேட்டபோது பேசினால் பொய் பேச வேண்டி வரும் என்பதால் கண்ணன் ஜராசந்தனைப் பார்த்து, "இவர்கள் எல்லோரும் இன்று நள்ளிரவு வரை மௌன விரதமிருக்கிறார்கள்" என்று கூறிவிட்டான்.

ஜராசந்தனும் விருந்தினர்களை முறையான உபசரிக்க வேண்டும் என்பதற்காக நள்ளிரவு வரை காத்திருந்து மீண்டும் விருந்தினர் மண்டபத்துக்கு சென்று அவர்களை சந்தித்தான்.

வந்திருந்த விருந்தினர்கள் யாவரும் சந்தேகத்துக்கு இடம் அளிக்கும் வகையில் அவர்கள் யாவரும் பிராமணர்கள் அல்லர் என்பதற்கான அங்க அடையாளம் இருப்பது கண்டு கோபத்துடன் யார் என்று கேட்டான். அதற்கு கிருஷ்ணன் இவர்கள் நான் பஞ்ச பாண்டவர்கள் என்றும் அவர்கள் உன்னுடன் போரிட வந்திருக்கிறார்கள். அவர் களில் நீ விரும்பும் ஒருவருடன் சண்டையிட்டு ஜெயித்துக் காட்டு என்று சண்டைக்கு அழைத்தார்.

ஜராசந்தன் அவர்கள் ஐவரில் புஜபலாக்கரம் கொண்ட பீமசேனைப் பார்த்து இவனுடன் மல்யுத்தம் புரிவது தான் தனது ஆண்மைக்கு ஏற்றது என்று அவனை சண்டைக்கு அழைத்தான்.

பீமனுக்கும் ஜராசந்தனுக்கும் பதிமூன்று நாட்கள் சண்டை நிகழ்ந்தும் வெற்றி தோல்வி நிர்ணயிக்க முடியவில்லை.

பதினான்காவது நாள் ஜராசந்தன் லேசாக மயங்கும் நிலையில் பீமனைப் பார்த்து கண்னை ஜராசந்தனை இரு கூறாகப் பிளக்கச் சொன்னார்.

பீமனும் ஜராசந்தனை காலைப் பற்றி தொடையோடு பற்றி பாதியாக உடலைக் கிழித்து எறிந்தான். ஆனால் என்னே ஆச்சர்யம்! கிழித்து எறிந்த இரண்டு அரை உடம்பும் மீண்டும் ஒன்றாக ஓடி வந்து ஒட்டிக் கொண்டு மீண்டும் சண்டைக்கு வந்து விட்டது.

இதனைப் பார்த்து பீமசேனன் சோர்வடைவதைப் பார்த்த கண்ணன் ஜராசந்தனை இருகூறாக கிழித்து கால் இருக்கும் இடத்தில் கையும், கை இருக்கும் இடத்தில் மறு காலும் இருப்பது போல கிழித்த உடல் மாற்றி எறியச் சொன்னார்.

பீமனும் அப்படியே செய்த போது ஜராசந்தன் உடல் ஒன்று சேர முடியாமல் வதம் செய்யப்பட்டான்.